புதிய கையெழுத்து

தற்கால தெலுங்குக் கவிதைகள்

ஆங்கிலம் வழி தமிழில்:

வெ. கோவிந்தசாமி

பரிசல்

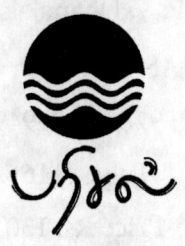

புதிய கையெழுத்து
தற்கால தெலுங்குக் கவிதைகள்

தொகுப்பு தமிழாக்கம்: வெ. கோவிந்தசாமி

பரிசல் முதல் பதிப்பு: டிசம்பர் 2022

வெளியீடு: பரிசல் புத்தக நிலையம்
235, P. பிளாக் MGR முதல் தெரு,
MMDA காலனி, அரும்பாக்கம், சென்னை – 600 106.
பேச: 9382853646, 8825767500
மின்னஞ்சல்: parisalbooks@gmail.com

அச்சுக்கோப்பு: வி. தனலட்சுமி

அச்சாக்கம்: ஏ.எஸ்.எக்ஸ் பிரிண்டர்ஸ், சென்னை–5.

பக்கம்: 116

விலை ரூ: 130

Puthiya Kaiezhuthu: Tharkala Telugu Kavithaigal
Compiled and Translated by: V. Govindasamy
Parisal First Edition: December 2022

(100 Copies only)

Published by: Parisal Putthaga Nilayam
No. 235, 'P' Block, MGR First Street,
MMDA Colony, Arumbakkam, Chennai - 600 106.
Mobile: 9382853646, 8825767500
Email: parisalbooks@gmail.com

DTP: V. Dhanalakshmi

Printed at: ASX Printers, Chennai - 5.

ISBN: 978-93-91949-73-0

Pages: 116

Price Rs. 130

இத்தொகுப்பிலுள்ள கவிதைகள் அனைத்தும் Indian Literature மார்ச் – ஏப்ரல் 2000 (இதழ் எண். 196), நவம்பர் – டிசம்பர் 2000 (இதழ் எண். 200) ஆகியவற்றிலிருந்து தொகுக்கப்பட்டவை. K.Suneetha Rani, Archana Chowhan, M. Sridhar, Alladi Uma, Kiranmayi, K Damodar Rao, Velcheru Narayana Rao ஆகியோரால் ஆங்கிலத்தில் மொழிபெயர்க்கப்பட்டவை. Indian Literature, மேற்குறிப்பிட்ட ஆங்கில மொழிபெயர்ப்பாளர்கள் ஆகியோருக்கு எம் நன்றி.

பொருளடக்கம்

1. புதிய கையெழுத்து — 5
2. ஜிகாத் — 7
3. தெரு வாழ்க்கை — 10
4. ஹுல்வாட் — 13
5. கவனியுங்கள்!
   உருக்குப் பேனா முனைகள் முளைக்கின்றன! — 15
6. தலித் தாய் — 19
7. பதில் — 23
8. எனக்குத் தாய்நாடு இல்லை — 25
9. என்னை விட்டு விலகி — 28
10. பொய்ப் பாடங்கள் — 29
11. வேதனை — 32
12. தடை செய்யப்பட்ட வரலாறு — 34
13. அவன் யாரென்று நீங்கள் நினைக்கிறீர்கள் — 36
14. பிறவி அடையாளம் — 39
15. ஒரு பிறப்பு — 48
16. கைப்பிடியளவு சுயமரியாதைக்காக — 49
17. நடப்பு வரலாறு — 52
18. எச்சரிக்கை — 53
19. பஞ்சம இசை — 56
20. ஆறாவது சாதி — 61
21. வார்த்தைக் கொடிகளை ஏற்றுங்கள் — 64
22. மரக்குதிரை — 69
23. புயலும் கவிதையும் ("மரக்குதிரை" குறித்த கட்டுரை) — 91

1. புதிய கையெழுத்து

எதையும் இடிக்காமல்
புதிய மாளிகைகளைக் கட்ட
இந்த நாடு ஒன்றும் பாலை அல்ல.
ஆள்வதற்கு உனக்கு என்ன தகுதி என்று
என்னைக் கேட்டால்
நான் பயிர் வளர்த்த விதத்தை
ஒரு படமாகக் காட்டுவேன்
இந்தப் பிணத்திற்கு
எப்படி உயிரூட்டுவாய் என்று
என்னைக் கேட்டால்
உங்கள் முன் செருப்பு தைத்துக் காட்டுவேன்
எதைக் கொண்டு
புதிய சமூகத்தைக் கட்டுவாய் என்று
என்னைக் கேட்டால்
பண்பாட்டைக் குழைத்து
என் குயச்சக்கரத்தில் ஏற்றிக் காட்டுவேன்
நாட்டின் புண்களை
எப்படி ஆற்றுவாய் என்று
என்னைக் கேட்டால்
ஆட்டின் காலில் குத்திய முள்ளை
எந்த ஊசியுமின்றி
எடுத்த நேர்த்தியை
விவரித்துக் காட்டுவேன்
அதிகார நாற்காலியிலிருந்து
நீ இறங்க மறுத்தால்

என் உளியின் மூலம்
மரம் எப்படி நாற்காலியாக
மாறுகிறது என்பதை
உனக்குக் காட்டுவேன்
மேலாண்மையின் அடையாளமாக
உனது நீண்ட முடியையும்,
தாடியையும், மீசையையும் காட்டினால்
நாவிதரின் பெட்டியிலிருந்து
கத்தியையும், சாணக் கல்லையும்
நான் எடுத்துக் காட்டுவேன்
இந்த நாட்டில்
உனக்கு என்ன உரிமை என்று
என்னைக் கேட்டால்
இந்த நாட்டைத் தாங்கியிருக்கும் மண்ணில்
புதைந்து உறைந்து கொண்டிருக்கும்
கோடானுகோடி கையெழுத்துகளை
நான் உயிர்த்தெழ வைப்பேன்
அழிக்காமல் புதிய வாக்கியங்களை
எழுதுவதற்கு
இந்த நாட்டின் வரலாறு ஒன்றும்
அவ்வளவு சுத்தமானதல்ல.

பீடி தெரேஷ் பாபு

2. ஜிகாத்

எல்லாவற்றையும்
நான் கவனித்துக் கொண்டுதான் இருக்கிறேன்
உன் ஒவ்வொரு அசைவையும்
நான் கவனித்துக் கொண்டுதான் இருக்கிறேன்
டிசம்பர் ஆறாம் தேதியிலிருந்து
வெள்ளப்பெருக்கில் மிதந்து வரும்
பிணங்களை
கண்ணீர் ததும்பும் கண்களோடு
இன்னமும் தேடிக் கொண்டிருக்கிறேன்
யார் அடியெடுத்து வைத்தாலும்
மனிதர்கள் மனிதர்களாக
மாறப் போவதில்லை
வைக்கப்படும் ஒவ்வொரு காலடியும்
கற்களாகவும், வெறியர்களாகவும்
மாறுவதை
நான் பார்த்துக் கொண்டுதான் இருக்கிறேன்

என் பசித்த வயிற்றுக்கும்
என் ஒருபிடிச் சோற்றுக்கும் இடையில் நின்ற
அல்கபீர் கேரோ.
ஹுப்ளி ஈதாக் மைதானத்தில்
திரிசூலத்தைப் போலப் பாய்ந்து நின்ற
அந்தக் கொடிமரம்.
உன் சாணக்கிய மூளைக்கும் கீழே
நொறுங்கிய மதுரா.
நான் கவனித்துக் கொண்டுதான் இருக்கிறேன்

இந்தி வாரம் என் வீட்டிற்கு வந்த
ஒளிவிளக்கு என்று நினைத்தேன்
ராஜீவம் என் மரபின்
நறுமணம் என்று நினைத்தேன்
அவற்றை என் தலையால் தாங்கினேன்
என் கனவு மலர்களின் மீது
நடந்த பிறகு
என் பைஜாமாவைத் திறந்து
என் மதநம்பிக்கையை
பார்த்த பிறகு
நீங்களும் மாறினீர்கள்
வாமனின் காலடியாக

கொடூரமாக
என்னை வெட்டிய பிறகு
என் இரத்தத்தால் திலகமிட்ட பிறகு
காகிதப் பூ குடியுரிமையுடன் மட்டும்
நான் எஞ்சி நிற்கிறேன்
இடிப்பதற்கு எதுவுமே இல்லாமல்
நீங்கள் எரிச்சலடைந்திருக்கலாம்
பொறுமையிழந்திருக்கலாம்
உங்கள் கழுகுக் கண்கள்
ஒரு முறை நோட்டம் விடட்டும்
எங்கள் பைத்தியக்காரப் பாட்டன்
ஒருவன் எங்கள் பாட்டியின் மீது
கொண்ட காதலை
பால் நுரையாக மாற்றிக் கட்டிய
அந்த நிலவொளி மாளிகை
யமுனைக் கரையின் ஓரத்தில்
இன்னமும் இருக்கத்தான் செய்கிறது
தில்லியின் மேட்டில்
கிழக்கு வானத்தைத் துண்டித்து
வைத்தது போலவும்
இரத்தத்தைப் பூசிக் கொண்டது போலவும்
இருக்கும் அந்தக் கோட்டை.

உன் மதவெறிக்கு
இன்னும் இருக்கிறது தீனி
குதுப்மினார், சார்மினார் -
புலூந்த், தர்வாஷா, ஜும்மா மசூதி
மெக்கா மசூதி, மகாராஜா அரண்மனை -
அனைத்தும் என் சுவடுகள்
இடித்துக் கொண்டே இரு.
நீ இடித்த போதும் சரி
தொண்டைகளை அறுத்த போதும் சரி
கேள்விகளே இல்லை.

ஆனால் - நீங்கள்
நாட்டைப் பிளந்து
கிராமங்களில் வளர்ப்பது மிருகங்களை.
என்னால் தாங்க முடியவில்லை
பிணத்தைப் புணர்ந்து பிழைக்கும்
உனக்கு
உயிர்த்தெழ வைக்க
பிணங்கள் தேவையென்றால்
இனி தவிர்க்க முடியாது
விழும் முதல் பிணம்
உன்னுடையதாகத்தான் இருக்கும்.

காஜா

3. தெரு வாழ்க்கை

இருள் திரைகள் விலகுகின்றன
மேகத் துண்டுகளால்
முகம் துடைத்துக் கொள்கிறது வானம்.
வீட்டு வாசல்களில் கிடக்கும்
இரவின் எச்சங்களை
பெருக்குகிறார்கள் பெண்கள்.
மிதிவண்டிக் குதிரையேறி வரும் பையன்கள்
செய்திகளைச் சுருட்டி
மேல்மாடிகளை நோக்கி வீசுகிறார்கள்.
ஒவ்வொரு வீட்டு வாசலிலும்
முயல்களைப் போல்
உட்கார்ந்திருக்கின்றன பால் பைகள்.
மாடங்களில்
வானத்தின் கிழிந்த துண்டுகளாக
தொங்குகின்றன
சேலைகளும், ஜாக்கெட்டுகளும்.
விலையை உரத்துக் கூவியபடி
சுற்றிக் கொண்டிருக்கிறான்
ஒரு வாழைப்பழ வியாபாரி.
சீருடையணிந்த மலர்களாக
ரிக்ஷா வண்டியை நிரப்பியபடி
பள்ளிக்குச் செல்கிறார்கள் குழந்தைகள்.
இரயில் வந்தவுடன்
ஆரவாரிக்கும் இரயில் நிலையத்தைப் போல
காட்சி தருகின்றன அந்தத் தெருக்கள்.

தரையில் வீசப்பட்ட குப்பையைப் போல
கூச்சலிட்டபடி
சாலைகளை மொய்க்கிறார்கள்
அந்தப் பிச்சைக்காரக் குழந்தைகள்.
பசியின் அமிலத்தால்
கழுவப்பட்டது போலத் தோற்றமளிக்கின்றன
அவர்களின் முகங்கள்.
காயங்கள் மீது கட்டப்பட்ட
துணியைப் போலத் தோற்றமளிக்கின்றன
அவர்களின் கந்தலாடைகள்.
விரல் நுனியில் சுழலும்
உலக உருண்டை போலக் காட்சியளிக்கின்றன
அவர்களின் கைகளில் இருக்கும்
காலிப் பிச்சைப் பாத்திரங்கள்.
அடிபட்ட நாயின்
ஊளையைப் போலக் கேட்கிறது
அவர்களின் பட்டினிக் கூச்சல்
அறுந்த பட்டம் போல்
அலைபாயும் பார்வையுடன்
வீட்டின் முன்வந்து நிற்கிறார்கள் அவர்கள்.
அலறுவதில், நம்பிக்கைவைப்பதில்
எதிர்பார்ப்பதில்
அவர்கள் களைப்படைவதேயில்லை.
பசியைச் சுவாசித்து
பிழைக்கிறார்கள் அவர்கள்.
அவர்கள் களைப்படைவதேயில்லை
சன்னலில்
ஒரு கையின் நிழல் அசையும் போது
மின்னலைப் போல
வாசலில் ஒருவர் தோன்றும் போது
இந்தக் குழந்தைகளின் வாயில்
எச்சில் ஊறுகிறது.
எங்கிருந்தோ, ஏதோவொன்று
விழும் என்ற நம்பிக்கையில்

தங்கள் வாழ்க்கையை
ஒரு பிச்சைப் பாத்திரம் போல நீட்டுகிறார்கள்
தங்கள் வாழ்க்கைக்கு
இந்தத் தெருக்களைத்தான் நம்பியிருக்கிறார்கள்
இவர்களுக்கு
சலிப்புமில்லை, ஓய்வுமில்லை
ஒரு நாளையே முழுதாகத் துடைத்து
விழுங்கினாலும் கூட
இவர்களின்
வயிறு நிரம்புவதில்லை
தேவைகள் தீருவதில்லை.

ஷா ராஜு

4. ஹுல்வாட்

கனவுகளின்
சிறையிலிருந்து தப்பித்து
எரிந்து சாம்பலாகும்
உண்மையான கனவு நான்

கனவுகளுக்குப் பின்னால்
ஒளிந்திருக்கும் வாழ்க்கையிலிருந்து
இரத்தமும், சதையுமாக
ஒரு சித்திரத்தை நான் செதுக்குகிறேன்
அங்குதான்
ஒரு சொர்க்கம் இருந்தது
அதற்கும், இதயத்திற்குமிடையே
எந்தத் தொடர்பும் இல்லை
அது பெண்களின் சிறையைப் போல
காட்சியளித்தது
என் பாட்டி
மலர்ப்பல்லக்கில்
தன் குழந்தைப் பருவத்துடன்
இந்த மௌனக் கோட்டைக்குள்
நுழைந்தாள்
வயதாகி இறந்த உடலாகவே
இந்த வீட்டை விட்டு வெளியேறினாள்
மொகலாய வம்சமாகக் கூறப்படும்
எங்கள் பரம்பரைக் கதையை
அது பலமுறை கூறப்பட்டும்கூட
என்னால் புரிந்து கொள்ள முடியவில்லை

மனதின் ஆழத்தில்
புதைந்து கிடக்கும் ஆசைகளுக்கு
வடிவம் தரும் குற்றவாளியாகவே
என்றும் பார்க்கப்பட்டாள்
என் மூத்த சகோதரி.
வாரத்தின் எட்டாவது நாளை
எதிர்பார்த்து
நகைகளைச் சுமந்து
வாரம் முழுக்க வலம் வருகிறாள்
என் மைத்துனி.
டீ போட மட்டுமே பிறந்திருக்கிறாள்
என் அத்தை
ஒவ்வொரு நாளும் விதவிதமாக
கறி செய்யமுடியாமல்
சமையலறையில் தானே கறியாகி விட்டாள்
என் அம்மா.
எனது வீட்டு ஆண்கள் மீது
எனக்குக் கோபம்
எனது பாடலுக்கும்
எனது வார்த்தைக்கும் இடையிலே
நிற்கிறது பர்தா
பெண்களின் அறைக்கும்
சமையலறைக்கும் இடையில்
ஒரு வாழ்க்கைக்காக
நான்கு சுவர்களற்ற ஒரு வீட்டிற்காக
நான் ஏங்குகிறேன்.

மகி ஜபீன்

ஹுல்வாட்: வீட்டில் பெண்கள் அதிகமாகப் புழங்கும் பகுதி.

5. கவனியுங்கள்!
உருக்குப் பேனா முனைகள் முளைக்கின்றன!

உயர்பள்ளி நாட்களில்
'அன்யம்' வீட்டில்
என் தாகத்தைத் தணிக்க
வெண்கலப் பாத்திரத்தை உயர்த்தி
என் கைகளில்
தண்ணீர் ஊற்றியபோது
என் சந்தேகம் தொடங்கியது.
விளையாட்டுச் சண்டையின் இடையில்
மற்றவன் என்னை
'மாலா' தேவடியா மகனே
என்றழைத்தபோது
உடைந்த முட்டியுடனும்
உடைந்த இதயத்தோடும்
சந்தேகம் புகைந்தது

'இடஒதுக்கீட்டில்' வந்த பையனுக்கு
அந்நியத் துணியும், பைலட் பேனாவும்
பாட்டா ஷூவுமா என்று
ஒரு நேர்முகத் தேர்வின்போது
திருவாளர். ஷாயானுலு
வியந்த போது
என் சந்தேகம் வளர்ந்தது

இலக்கிய விவாதத்தில்
என் மூக்கை நுழைத்தபோது
என் இரு பார்ப்பன நண்பர்கள்

தங்கள் புன்னகையை
ஒரு புரியாத மொழியில்
ஒளித்துக் கொண்டவாறு
ராக்கியா கவிதா நிவேதனம் என்று கூறி
என்னைக் கிண்டல் செய்தபோது
என் சந்தேகம் மேலும் வளர்ந்தது
குழந்தைப் பருவ நாட்களில்
சங்கராந்தி பண்டிகையின்போது
என் பாட்டியின் கிராமத்திலிருந்து
நான் தின்பண்டங்கள் வாங்கி வந்தபோது
அண்டை வீட்டுப் பையன்கள்
நான் 'மாதிகா'வின் உணவை
தின்பதாக என்னைக் கிண்டல் செய்தபோது
பிற சாதிகளிடமிருந்து மட்டுமல்ல
என் மக்களிடமிருந்தே
என்னைப் பிரிக்கும் சதியொன்று
நடக்கிறது என்பதை உணர்ந்து கொண்டேன்

சிகாமணி தாழ்ந்த சாதிக்காரரா?
'அவரின் கவிதா ஆளுமையைப் பார்த்து
பிற்படுத்தப்பட்ட சாதிக்காரர்
என்றல்லவா தவறாக
எடுத்துக் கொண்டேன்' என்று
பிரமுகர் ஒருவர்
என்னைப் பாராட்டியபோது
பாராட்டு தந்த மகிழ்ச்சியைவிட
அதிகமாக என்னை வேதனைப்படுத்தியது
குறிப்பிட்ட சாதிக்காரரால் மட்டுமே
கவிதை எழுத முடியும் என்ற
அவர்களின் நம்பிக்கை

ஊரின் எல்லையில் இருக்கும்
மலம் கழிக்கும் இடத்திலோ
அல்லது சுடுகாட்டிலோ
எப்படித் தள்ளப்பட்டது என் வீடு?

இப்போதே எனக்குப் பதில் வேண்டும்
என் வீட்டை மட்டுமல்ல
சுடுகாட்டையும் பிரிக்கும்
இந்த நாடு
இந்துக்களின் சுடுகாடாகவே
எனக்குக் காட்சி தருகிறது
எனக்கும் தண்ணீருக்குமான
இடைவெளி அதிகரித்துவிட்டது
இந்தப் பாலையை உருவாக்கிய
அரக்கர்கள் எங்கிருக்கிறார்கள் என்று
எனக்குத் தெரிய வேண்டும்
தவித்த வாய்க்கு
தண்ணீர் கேட்ட பாவத்திற்கு
எங்களுக்குச் சுட்டிக்காட்டப்பட்டவை
நாற்றம் பிடித்த குட்டைகளே
சுட்டிக் காட்டிய அந்த விரல்களை
வெட்டியெறிய நான் தயாராக இருக்கிறேன்

காய்ந்த பனை மட்டையை
கழுதைகளின் வாலில்தான்
கட்டிவிடுவார்கள்.
ஆனால் - அவர்கள்
பனை மட்டையைக் கட்ட
தேர்ந்தெடுத்ததோ
எங்கள் இடுப்புகள்.
இவ்வாறு எங்களின் காலடித் தடங்களை
அவர்கள் அழித்தார்கள்
நினைவில் வைத்துக் கொள்ளுங்கள்
உருக்காக மாறிவிட்டன
எங்களின் பாதங்கள்.
எங்களின் எச்சிலைப் துப்ப நீங்கள்
எங்கள் கழுத்தைச் சுற்றிக் கட்டிய
மண் கலயங்கள்
இன்னும் பத்திரமாக இருக்கின்றன.
அவற்றைத் தூக்கியெறியும்

நாள் வந்துவிட்டது
அந்த வெள்ளப் பெருக்கில்
பயனற்ற சுள்ளிகளைப்போல
நீங்கள் அடித்துச் செல்லப்படுவது
நிச்சயம்

சொல்லித் தராத பாடங்களுக்காக
எங்கள் கட்டை விரல்களை
காணிக்கையாகக் கேட்டீர்கள்
வரலாற்றைப் புதிதாக எழுத
எங்கள் கட்டை விரல்களிலிருந்து
முளைக்கின்றன
உருக்குப் பேனா முனைகள்
அப்போது
ஈயத்தைக் காய்ச்சி
எங்கள் காதுகளில் ஊற்றிய அவர்களுக்கு
எங்கள் காது மயிர்களைப் பிடுங்க
ஏணிகள் தேவைப்படும்

எங்கள் நாக்குகளை
வெட்டும்படி கூறிய
அந்த அநியாய ஓலைச் சுவடி
இப்போது எங்கள் நாக்குகளை
வழிக்க மட்டுமே பயன்படும்

சம்புகனின் தலையை வெட்டிய வாள்
பல நூற்றாண்டுகள் கழிந்தும்
இன்னும் கூர்மையோடுதான் இருக்கிறது
இப்போது அது கைமாறிவிட்டது
அதற்கு நீங்கள் யாரென்று தெரியாது
இப்போது எந்தவொரு மனுவாலும்
உங்களைக் காப்பாற்ற முடியாது.

சிகாமணி

6. தலித் தாய்

எந்தவொரு அரசு மருத்துவமனையின்
சவக்கிடங்கின் முன்னாலும்
நீங்கள் ஒரு கண்ணீர்க் குளத்தைப் பார்க்கலாம்
அதுதான் என் அம்மா
எந்தவொரு இடுகாட்டிலும்
தனிமையில் நிற்கும் ஒரு பாறையை
நீங்கள் பார்க்கலாம்
அதுதான் என் அம்மா
சமாதி கட்டுவதற்குக்கூடத் தகுதியற்று
ஒரு புதைகுழிமேல் எழுந்து நிற்கும்
ஒரு பாறை
அதுதான் என் அம்மா
என் அம்மாவின் பெயர் யசோதா அல்ல
கௌசல்யாவும் அல்ல
பசியால் நான் வீறிட்டழுதபோது
என்னைக் கையில் எடுத்து
நிலாவை வேடிக்கை காட்டி
வெள்ளித் தட்டில் சோறு ஊட்டியதில்லை
என் அம்மா
நூஜ்டியைக் கேட்டு
அடம் பிடித்தபோது
அவள் என்னை அதட்டினாள்
பிஸ்கெட்டுகளைக்கூட
எனக்கு ஊட்டியதில்லை என் அம்மா

அவள் கண்களில் என்றுமே
ஒளியைப் பார்க்க முடியாது
சொல்லுங்கள்
இப்படிப்பட்ட அம்மாவைப் பற்றி
நான் என்ன எழுத முடியும்?
எல்லோரும் அம்மாவைப் பற்றி
கவிதை எழுதுகிறார்கள் என்றால்
அவர்கள் அம்மாக்கள்
ராஜ குடும்பத்தைச் சேர்ந்தவர்கள்
என் அம்மாவைப் பற்றிச் சொல்ல
என்ன இருக்கிறது
'ஏய்', 'ஓய்' என்பதைத் தவிர
அவளுக்கு வேறு பெயர்கள் இல்லை,
'தேவடியா' என்று
அழைக்கப்பட்டதைத் தவிர
வேறு எந்தப் பட்டங்களும் அவளுக்கில்லை
ஒரு பிடிச் சோற்றுக்காக
வாழ்நாள் முழுக்கவும் கவலைப்பட்டு
நம்பிக்கையிழந்த பைத்தியக்காரி அவள்
இப்படிப்பட்ட ஒரு அம்மாவைப் பாட
வார்த்தைகளும், மரபுகளும்
ஒத்துழைக்கும் என்றா
நீங்கள் நினைக்கிறீர்கள்?
எல்லாருடைய அம்மாக்களும்
ஆனந்தமாக உறங்கிக் கொண்டிருந்தபோது
என் அம்மாவோ
அறுவடையின் போது கற்பழிக்கப்பட்டாள்
பணக்கார அம்மாக்கள்
சிறந்த தாய்மார்கள் என்ற விருதுகளை
பெற்றுக் கொண்டிருந்தபோது
ஒருவாய் தண்ணீர் குடித்ததற்காக
அபராதம் செலுத்திக் கொண்டிருந்தாள்
என் அம்மா
மற்றவர்களின் அம்மாக்கள்

தலைவர்களாகி ஆண்டு கொண்டிருந்தபோது
என் அம்மாவோ
அரசாங்க அலுவலகங்களின் முன்னால்
தர்ணா செய்து கொண்டிருந்தாள்
அம்மா என்றவுடன் யாருக்கும்
நினைவு வருவது
பால் ஊட்டும் ஒரு உருவம் அல்லது
தாலாட்டு
ஆனால் - அம்மா என்றதும்
என் நினைவுக்கு வருவது
கோழி கூவுவதிலிருந்து
இரவில் அப்பா தொடும் வரை
களை எடுத்துக் கொண்டிருக்கும் ஒரு உருவம்
அல்லது மண் சுமந்து கொண்டிருக்கும் ஒரு உருவம்
என் முரட்டு அம்மாவுக்கு
தான் ஒரு பெண் என்பதுகூடத் தெரியாது
நான் என்ன எழுதவேண்டுமென்று
நீங்கள் எதிர்பார்க்கிறீர்கள்?
என் அம்மா எனக்காக
ஒரு தாலாட்டைக் கூடப் பாடியதில்லை
பசியோடு போய்விட்டது அவள் குரல்
அவள் என்னைத் தட்டி
தூங்க வைத்தது கூட இல்லை
அவள் கைகள்
உழவுக்கருவிகளாக மாறி நாளாயிற்று
அம்மாவின் சுண்டு விரலைப் பிடித்தபடி
மற்ற குழந்தைகள் சென்று கொண்டிருந்தபோது
நானோ
என் அம்மாவின் அடிவயிற்றில்
சுருண்டு கிடந்தேன் அய்யா!
நடமாடும் தெய்வங்களாக
மற்ற குழந்தைகள் தங்கள் அம்மாக்களை
புகழ்ந்து கொண்டிருந்தபோது
பள்ளிக் கட்டணம் கட்ட முடியவில்லை

என்பதற்காக கோபத்தில்
என் அம்மாவின் மேல் எரிந்து விழுந்தேன்
தங்கள் பணக்கார அம்மாக்களுக்கு
தலைவலி என்றாலே துடிக்கும்
மற்ற குழந்தைகள் நடுவில்
என் நோயாளி அம்மா
ஏன் இன்னும் சாகவில்லை என்று
கருவிக் கொண்டிருந்தேன் நான்
அய்யா என்ன சொல்வது இதை!
மழையில் நனைந்த நான்
துவட்டிக் கொள்ள
என் அம்மாவின் முந்தானையை
பிடித்து இழுத்தபோது
வெளிறிய கந்தல் துணி
என்னைப் பார்த்துச் சிரித்தது

வறண்ட தொண்டையுடன்
தாகத்தில் என் அம்மாவின் மார்புகளை
என் உதடுகளால் தொட்டபோது
அவளது விலா எலும்புகள்
என்னைக் குத்தின
சக மனிதர்களையே விலங்குகளாகப் பார்க்கும்
விலங்குகளைப் பெற்றெடுத்த
இலட்சக்கணக்கான அம்மாக்களுக்கு நடுவே
மனிதத் தன்மையோடு இருந்த
என் அம்மாவைப் பற்றிப் பேச
இந்தக் கவிதையின் மொழி போதாது அய்யா!

மாத்தூரி நாகேஷ் பாபு

7. பதில்

புனைப் பெயர்கள்
இவற்றின் பின்னால் நான்
ஒளிந்து கொள்ள மாட்டேன்
உனக்காக என் உடையையும்
நான் மாற்றிக் கொள்ள மாட்டேன்

புத்தகங்களின் மூலமாகவும்
தேர்வுகளின் மூலமாகவும்
புராணங்களையும், அவதாரங்களையும்
கரைத்துக் குடித்தவன் நான்
என் மதநூல் சொல்வதினுள்
இப்போது நான் மூழ்கிவிடுவேன்

எனது இரத்தம்
உனது நிறத்திற்கு என்றும் மாறாது
கொண்டாட்டங்களும், பண்டிகைகளும்
எனது பூக்கடையிலிருந்துதான்
தொடங்குகின்றன
நானும் பங்கேற்கிறேன்
முக்கியத்துவம் கூடுகிறது
எனது ஆட்கள் கூடும்
இதாக்கிற்காகவது
இப்போது என்னால் செல்ல முடிகிறது
அவர்களின் வேதனையை
கேட்க முடிகிறது

அவற்றைச் சொல்ல
உங்கள் மொழியில் வார்த்தைகளில்லை
கேள்வி கேட்க
உங்களுக்கு என்ன உரிமை இருக்கிறது?
ஒரு விரலால்
என்னை அடையாளம் காட்ட
மற்ற நான்கு விரல்களை
மறைக்க வேண்டிய அவசியம் உங்களுக்கில்லை
என் உடலை மட்டுமல்ல
என் மதச் சடங்குகளையும்
புனிதநீரால் சுத்தப்படுத்த வேண்டும்
உன் வழிக்கு நான் வரமாட்டேன்
நான் ஒரு முஸ்லீம்
என் மீது போர்த்தப்பட்டிருக்கும்
'பெரும்பான்மை' என்ற தோலை
கிழித்தெறியும் கத்தி நான்.

கதிர் பாபு

8. எனக்குத் தாய்நாடு இல்லை

உள்ளொன்றுமில்லாத தலையின்
கீழிருந்து நீளும் வெறும் உறுப்பு நான்
எங்கு நான் பிறந்தேன்
எப்படி நான் வளர்ந்தேன்
47 இல் நான் எவ்வாறு துண்டாடப்பட்டேன்
பதில் இல்லை உங்களிடம்

கடவுளின் உடலைத் திருடி
துண்டாடிப் பகிர்ந்து கொண்ட நீங்கள்
எனக்கென்று எதையுமே
விட்டு வைக்கவில்லை

உருவம் இல்லாத நிழல் நான்
கள்ளத்தனமாகப் பெற்றெடுக்கப்பட்டு
சுவருக்கு அப்பால் விழுந்த ஆன்மா நான்

நாடு நாடாக அலைகிறேன்
ஒவ்வொரு நாடுமே என் நாடுதான்
ஒவ்வொரு நகரமும், ஒவ்வொரு வீடும்
என்னுடையதுதான்
ஆனால்
முகவரி என்ற ஒன்று எனக்கில்லை

இங்கே
சில காவிக்கரங்கள்

என் காலடி நிலத்தைப் பறிக்கின்றன
அங்கே
பாழடைந்த கோவில்களிலிருந்து எழும் புழுதி
துடிக்கும் என் உடல்மீது
ஒரு கல்லறையை எழுப்புகிறது
இமைத் தகடுகள்
கூசச் செய்கின்றன என் கண்களை
என் உடலின் சில்லிட்ட சதைத் துண்டுகளை
திருடிச் செல்கிறார்கள் அவர்கள்
எனது உடல் ஒரு அல் - கபீர்
என்னாலேயே அடையாளம் காண முடியாத
பிணமாக
மும்பையின் இரத்தம் தோய்ந்த வீதிகளில்
நான் வீழ்கிறேன்.
என்னிடமிருந்து
எந்தத் திசையில்
யார் விலகிச் செல்கிறார்களென்று
எனக்குத் தெரியாது

உண்மையில்
வெறுமையின் குடிமகன் நான்
எல்லா இடங்களிலும், எல்லா நேரங்களிலும்
நான் ஒரு அகதி
என்னில் பாதி
இருளில் மூழ்கியிருக்கிறது

மற்றொரு பாதி
ஒளியில் இருக்கும் என்று
நம்பும் மாயை நான்
என் மனக் குகைக்குள் நுழைந்து
ஒவ்வொரு கணமும்
காலத்தின் ஆன்மாவைக் கொல்கிறேன் நான்
அரை ராஜ்ஜியத்தையோ
முழு ராஜ்ஜியத்தையோ நான் யாசிக்கவில்லை
நான் பிணமாகும்போது

என் உடலைப் புதைக்க
நிலமில்லை என்னிடம்
என் நரம்புகளை
வெட்டித் தருமாறு கேட்க
மொழியுமில்லை என்னிடம்
உறைவிடமாக
ஒரு துண்டு நிலம் போதுமெனக்கு
வாழுமிடத்தைப்
புனிதமாக நினைப்பவன் நான்

கறைபடிந்த துணியைப் போல
என்னை வீசியெறிந்து விடாதீர்கள்
47 என்று கூறி
என்னைப் பிளந்து விடாதீர்கள்
என்னை என்னாலேயே
பிளவுபடுத்துங்கள்
என் சிரிப்பு, என் அழுகை
என் அவமானம், என் சந்தேகம்
நான் செய்த வல்லுறவு, நான் செய்த கொலை
இவை உன்னுடையவையும்கூட
என் தாயின் கருப்பையை
எச்சில் கலயமாக
மாற்றி விடாதீர்கள்

என்னைப் பிரித்தாலும் உங்களால்
என்னை இரண்டாகப் பிளக்க முடியாது
என் கண்ணின் கருவிழிகளை
நசுக்கவும் முடியாது.

அப்ஸர்

9. என்னை விட்டு விலகி

இருண்ட என் சேரியின் மீது
மல்லிகைச் சரமாக ஒளிர்கிறது
சூல் கொண்ட முழுநிலவு

துளைகளின் ஊடாக
என் நெஞ்சின்மேல்
சிரித்து விளையாடுகிறது
வெளிச்சம்
பனித்துளிகளைத் தாங்கியிருக்கும்
புல்லின் இதழ்கள்
என் பாதங்களைத் தொடுவதில்
மகிழ்ச்சி அடைகின்றன

ஆனால் அவனோ இன்னும்
தன் பூணூலை உருவி விட்டுக் கொண்டிருக்கிறான்
என்னை விட்டு விலகி
மலையோரத்திற்குச் செல்கிறான்.

ஜே. கௌதம்

10. பொய்ப் பாடங்கள்

பகீரதப் பிரயத்தனத்தால் கங்கை
பூமிக்குக் கொண்டு வரப்பட்டது
நிறுத்துங்கள், நிறுத்துங்கள்
நிறுத்துங்கள் இந்தப் பொய்களை
யாருடைய கங்கை இது?
உண்மைகளை விழுங்க வேண்டாம்
பொய்களைப் பாடங்களாக்க வேண்டாம்
தீண்டப்படாதவன் என்பதற்காக
என் அருகில் வராத அந்த நீர்
யாருடைய கங்கை அது?
நுங்குகளைப் போல
எங்கள் கண்கள் பிதுக்கப்பட்டபோது
அதிலிருந்து வந்த நீர்
எங்களுடைய கங்கையல்லவா?
பானைக்கும், கைக்கும் இடையிலான
தூரத்தைக் காத்து நிற்கிறது
இந்தச் சமூகம்
தாகத்தில் தவித்துக் கிடப்பவர்கள்
இந்தப் பூமியில்
நாங்கள் மட்டுமே
எப்போதும் ஏன் பாலைவனச் சோலையை
தேடிக் கொண்டிருக்க வேண்டும்
பாலை வாழ்க்கை எங்களுடையது மட்டுமே
மேலிருந்து ஊற்றப்படுவதை
கீழிருந்து நாங்கள் குடிக்க வேண்டும்

இதைவிடக் கொடுமை எது?
இதுதான் என் தீட்டுக் கறை படிந்த
இந்தியா
எங்கள் வேர்வையிலிருந்துதான்
எழுகின்றன நீரூற்றுக்கள்
நுகத்தடி பூட்டப்பட்டால்
நீரிறைக்கும் இயந்திரங்கள் நாங்கள்
எங்கள் வியர்வையின் விளைச்சலை
மூச்சுத் திணறத் தழுவியபடி
எங்கள் வேர்வையில் எழுந்த
சுவர்களுக்கிடையில்
நிம்மதியாக உறங்கும் நீங்கள்.
எங்கள் வேர்வையின்
சகதி வாசனையற்று
உங்கள் வீடுகளுக்கு
எப்படி வந்தது கங்கை?
விண்ணுலகிலிருந்து வானத்திற்கு
கங்கையை ஓட வைத்தது யார்?
நாணேற்றியதற்காக
வெட்டப்பட்ட விரல்கள்
பள்ளி சென்றதற்காக
பிடுங்கப்பட்ட கண்கள்
விதிமுறைகளை மீறினால்
உங்கள் பார்வை பறிக்கப்படும்
வயலில் நுழைந்த மிருகத்தைப்போல
உங்கள் உடல் எரிக்கப்படும்
உண்மையிலேயே மனிதர்களாக
இருந்திருந்தால்
நீங்கள் என்ன செய்திருக்க வேண்டும்?
தீண்டத்தகாத தனத்தின் மீது
ஆணையிட்டுக் கூறுகிறேன்
சொற்கள் தீண்டத்தகாதவையாயின
நிலவொளியும் தீண்டத்தகாததானது
நீரும் அசுத்தமாகிவிட்டது.

கங்கை பூமிக்குக் கொண்டு வரப்பட்டது
என்று கூறும்
தீண்டத்தகாத அந்தப் பாடங்களை
தூக்கியெறியுங்கள்
திருததாஷ்டிரனின் பாடத்திட்டம்
திருதராஷ்டிரர்களைத்தான் உருவாக்கும்
தீண்டாமை இல்லையென்று
சொல்வது பொய்
சமூகம் எங்களை ஒதுக்கி வைத்திருக்கிறது
என்பதுதான் உண்மை
வாய்க்கும் கைக்கும் எட்டாத தூரத்தில்
கங்கையை வைத்த உங்களை
ஒதுக்கி வைக்க வரப்போகிறது
தலித் தேசம்.

ஜூலுரு கௌரி சங்கர்

11. வேதனை

இரயில் வேகமாகச் செல்லும்போது
பார்வையில் படும்
பாழடைந்த கோட்டையைப்போல
தனித்து விடப்படுவது வேதனை
இருளிடம் சரணடையும்
மாலையைப்போல
மங்கி மறைவது என்பது வேதனை
எரியும் சிதையிலிருந்து
தெறிக்கும் சாம்பல் வேதனை
வெளிப்பட்டும், வெளிப்படாமலும்
இருக்கும் மனவெளியின்
பாவனைகள் வேதனை
வேதனையையும்
அதற்குப் பின்வரும் வெறுமையையும்
நான் எப்படி வெளிப்படுத்த முடியும்?

துன்பத்தை வெளிப்படுத்த
வார்த்தைகளுக்குத் திறனில்லை
துன்பம் என்பது பழுத்த இலை போன்றது
படிகள் கொண்ட ஆழக்கிணறு போன்றது
வாடிவதங்கிய செடி போன்றது
வீட்டின் முன் கிடக்கும்
ஒடுங்கிய பாத்திரம் போன்றது

தொடர்ந்து வேதனைப்படும்போது
வேதனை மறைந்துவிடும் என்று
நம்புவது சிரமமானது
கோடையின் உச்சத்தில்
முதல் மழையை எதிர்பார்ப்பதும்
சிரமமானதுதான்

தனிமையில் கிழிபட்டு
சிதறுண்டு கிடக்கும்போது
வேதனையையும்
அதற்குப் பின்வரும் வெறுமையையும்
எப்படி வெளிப்படுத்துவது
துன்பத்தை வெளிப்படுத்த
வார்த்தைகளுக்குத் திறனில்லை
அது அடிபட்ட உடல் உறுப்பு போன்றது
பருவத்தில் மழைபொழியாத
மேகத்தைப் போன்றது
என்றும் பழுதுபார்க்க முடியாத
கடிகாரத்தைப் போன்றது
இறந்துபோன என் தந்தையின்
நினைவைப் போன்றது.

ஜெய பிரபா

12. தடை செய்யப்பட்ட வரலாறு

என் அம்மாவின் கருவில்
உருவாகிக் கொண்டிருந்த போதே
தீண்டத்தகாதவள் என்று
முத்திரை குத்தப்பட்டவள் நான்
தாழ்ந்தசாதி என்ற முத்திரை
என் பிறப்பிற்கு முந்தையது
மரபுகளின் சாக்கடையிலும்
சடங்குகளின் குப்பைத் தொட்டியிலும்
தூக்கியெறியப்பட்ட
ஒழுக்கங்கெட்ட பெண் என்ற
முத்திரையை
நான் பிறந்த நாளிலிருந்தே
சுமந்து வருகிறேன்
நான் விலக்கப்பட்டவள் ஆனேன்
விளையாட்டுப் பாடல்களைப் பாடி
மலர்ந்திருக்க வேண்டிய
என் குழந்தைப் பருவம்
துயரப் பாடல்களைப் பாடுகிறது...
களைப்படைய வைக்கும்
ஒன்பதுமாதப் பயணத்திலிருந்து
அன்பில் மலர்ந்திருக்க வேண்டிய
என் இளமை
கடவுளைச் சாட்சியமாக வைத்து
சதைச் சந்தையில் விற்பனைக்குரிய
ஒரு பெண்மையாக நிறுத்தப்பட்டது

எங்களை நிர்வாணமாக
காட்சிக்கு நிறுத்திய
சுடுகாட்டுச் சாம்பலில்
எங்கள் இளமையை
எரியும் சிதைகளுக்குக் கையளித்த
எங்களை மலம் தின்ன வைத்த
இந்த வெட்கங்கெட்ட நிகழ்காலத்தில்
என்னுடைய கதை
ஒரு விசித்திரமான கதை
காலங்காலமாக
ஒதுக்கப்பட்டவள் நான்
தலைமுறை தலைமுறையாக
அவமதிக்கப்பட்டவள் நான்
இந்தப் பூமியில்
ஒவ்வொரு கணமும்
ஆயிரமாயிரம் புன்னகைகள்
கொடிய நெருப்பில் வீசப்படலாம்....
ஆனால் -
பிறப்பதற்கு முன்னரே
என்னை விபச்சாரியாக்கிய பெருமை
இந்தக் கர்ம பூமிக்குரியது
என் கதை
எந்தவொரு நாகரிகத்தையும்
வெட்கப்பட வைக்கும்

உங்கள் நாட்டின்
புகழ்பெற்ற வரலாற்றில்
எந்தக் காண்டத்தில்
என் கதையை எழுதி வைப்பீர்கள்?

செல்லப்பள்ளி சொரூப ராணி

13. அவன் யாரென்று நீங்கள் நினைக்கிறீர்கள்

அவன் யாரென்று
நீங்கள் நினைக்கிறீர்கள்
அவன்தான் முதல் மனிதன்
பழங்கால மனிதன்
உண்மையான மனிதன்
அவன்தான் மாதிகா!
பூமி தோன்றிய
காலத்தைச் சேர்ந்தவன்
உயிரினங்கள் மூச்சுவிடத்
தொடங்கிய காலத்தைச் சேர்ந்தவன்
முதல் மனிதன் தோன்றிய
காலத்தைச் சேர்ந்தவன்
அதனால்தான் அவன்
ஆதிபுருஷன் என்றழைக்கப்படுகிறான்
ரிஷிகளும், முனிகளும்
மலட்டு ஆண்களின் மனைவியர்களை
கர்ப்பம் தரிக்க
'கருடாமா'விடம் அனுப்பி வைத்தார்கள்
இன்று நீங்கள் வணங்கி வரும்
இலட்சக்கணக்கான தெய்வங்களுக்கு
போதித்த
தர்ம தெய்வம் இவன்தான்
அறியாமை இருளில்
உழன்று கொண்டிருந்த

ஆதிசங்கரருக்கு
அருளை வெளிப்படுத்திய
சண்டாளனும் இவன்தான்
வேதனைகளிலும், புலம்பல்களிலும்
உழன்று கொண்டிருந்த
உங்கள் வாழ்க்கையை
இசைக் கடலில் மிதக்க வைக்க
வீணையைக் கண்டுபிடித்த
மாதங்காவும் இவன்தான்.
என்றென்றும் நீங்கள்
உங்கள் வாழ்க்கையை
மங்களகரமாக நடத்த வழிகாட்டும்
பூர்ண கும்பத்தை
வடிவமைத்த மாதிகாவும் இவன்தான்
மரணம் நெருங்கும் போது
நீங்கள் இறுதி மூச்சை விடும்போது
உங்கள் பயனற்ற உடல்களுக்கு
ஈமச் சடங்குகள் செய்யும்
சுடுகாட்டு வீரபாகுவும் இவன்தான்
அவன்தான் மாதிகா
ஆதி ஜாம்பவானும், வால்மீகியும்
வியாசனும் இவன்தான்
ஆதிகாலம் தொட்டு
இந்தப் பூமியில் இருந்து வரும்
அனைத்திற்கும் மூலம் இவனே
மனித இருத்தலுக்கான
முதல் ஆதாரமும் இவன்தான்
பண்பாட்டின் வளர்ச்சிக்கும்
வரலாற்று உண்மைகளுக்கும்
காரணகர்த்தா இவன்தான்
இவனில்லாத வரலாறு
சூன்யம்தான்
சூன்யத்தை விரும்புபவன்
பாறையைப் போன்றவன்

உங்கள் வாழ்வின்
அனைத்து நிலைகளையும்
உங்கள் உடம்பின்
ஒவ்வொரு பகுதியையும்
பாதித்தவன் இவன்தான்
அவனில்லாமல்
உங்கள் வாழ்க்கையில்
ஒன்றுமேயில்லை.

மஸ்டார்ஜீ

14. பிறவி அடையாளம்

ஒரு பொய்க் கதை
என்னைக் கொன்று விட்டது
ஒரு தவறான சித்திரம்
என்னை ஏமாற்றி விட்டது
ஒரு பொய்யான குற்றச்சாட்டு
என்னைக் கேலிப் பொருளாக்கி விட்டது

ஆகஸ்ட் 10, 1955
நான் பிறந்த நாள்
கிருஷ்ணா மாவட்டத்தில்
தொலைதூரச் சின்னஞ்சிறு கிராமம்
நான் பிறந்த இடம்

பிறப்பதற்கு முன்னரே
நாட்டின் துரோகிகளின் பட்டியலில்
என் பெயர் சேர்க்கப்பட்டு விட்டது

ஒரு குழந்தையை
மாற்றாந் தாய் குழந்தையாக மாற்றியது
வரலாறு
என் சகோதரர்களிடமிருந்து
என்னை இரக்கமின்றிப் பிரித்தெடுத்து
என்னைத் தனிமையில் வைத்தது
வர்லாறு

என் குழந்தைப் பருவத்திலேயே
என்னைக் கேலி செய்தன
புத்தகங்கள்

எனது ஆளுமை உருவாகிக்
கொண்டிருந்த போதே
என்னுள் விசித்திரமான பயங்களை
விதைத்தது வரலாறு
இரக்கமின்றி
என்னைச் சித்ரவதை செய்தது
சூறைக்காற்றுக்குள் என்னை
தூக்கி வீசியது

என் கட்டுப்பாட்டையும் கடந்த
விளைவுகளுக்கு
என்னைப் பொறுப்பாக்கும்
நிகழ்காலம்

என் இருத்தலைச் சுற்றிலும்
சந்தேக வட்டங்களை
பரவவிடும் நிகழ்காலம்
என் தலைக்கு மேல் நிரந்தரமாக
கண்காணிக்கும் நிழல்களை வீழ்த்தும்
நிகழ்காலம்

ஒரு பெண்ணின் அழகை
சிறைபிடித்து வைப்பது போல்
வெறும் எண்களாக மாற்றப்பட்ட
என் உருவம்.
அறுபட்ட தொப்பூள் கொடியின்
ஒரு முனையில்
ஒரு துளி இரத்தத்தை விட்டு விட்டு
என் வீட்டில் புதிதாகப் பிறக்கும்
குழந்தையின் கண்களில்
மீண்டும் 1947

"இந்து - இந்தி - இந்துஸ்தான்"
"முஸ்லீம்கள் போக வேண்டிய இடம்
பாகிஸ்தான்"

"முஸ்லீம்களுக்கு இருப்பது இரண்டே இடம்
பாகிஸ்தான் அல்லது சுடுகாடு"

முழக்கங்களின் மேடையில்
என்னை முடமாக்கி விட்டது நிகழ்காலம்
அரசியல் சட்டம்
என் முதுகில் தட்டிக் கொடுக்காது
அடர்ந்த மீசையோடு
புன்னகை புரியும்
மூன்று சிங்கத் தலைகளைக் கொண்ட
பீடமோ
என்னைத் திரும்பிக்கூடப் பார்க்காது
முதல்தரக் குடிமகன்களின்
மனத்திலோ
நான் ஒரு அந்நியன்
1947ஐ நினைவுபடுத்தும்
ஒரு அடையாளம்
ஆனால் மனிதனல்ல

ஆமாம்! நான் ஒரு துரோகி
அப்படித்தானே

இஸ்லாமையும், இஸ்லாமாபாத்தையும்
ஒன்றாகப் பார்ப்பது
ஒரு சதித்திட்டம் அல்ல
என் காலடி நிலத்தை
பிடுங்க நினைப்பது
ஒரு சதித்திட்டம் அல்ல
நான் பிறந்து வளர்ந்த இடத்திலேயே
என்னைப் பிணைக் கைதியாக
மாற்றுவது ஒரு சதித் திட்டம் அல்ல

என் சுற்றுச் சூழலை நச்சுப்படுத்துவது
ஒரு சதித்திட்டம் அல்ல
துண்டு, துண்டாக
என்னை வெட்ட நினைப்பது
ஒரு சதித் திட்டம் அல்ல
என்னை அழித்து
ஒரு 'அகண்ட பாரதத்தை' நிர்மாணிக்க
நினைப்பது
ஒரு சதித்திட்டம் அல்ல

எனது மத நம்பிக்கைகள் துரோகம்
என் தொழுகைக் கூட்டங்கள் துரோகம்
நினைவற்று நான் கிடப்பது துரோகம்
விழித்தெழ நினைப்பது துரோகம்
மற்றவர்களுடன் பழக நினைப்பது துரோகம்
எப்படியாவது
நான் வாழ நினைப்பது துரோகம்
என்னுடைய விருப்பம் துரோகம்
என்னுடைய அறியாமை துரோகம்
என் திருமணம் துரோகம்
என் குழந்தைகள் துரோகம்

தகுதி வேறுபாடு என்ற
கேள்வியின் மீது
அரசியல் சட்டம் ஆடிய
'புனித' விளையாட்டின் விளைவுதான்
என் குடியுரிமை

ஒரு பிடிச் சோற்றுக்காக
நடைபாதையில்
நான் பூக்கள் விற்கிறேன்
பழங்கள் விற்கிறேன்
கடலை விற்கிறேன்
குடைகளையும், கடிகாரங்களையும்
பழுது பார்க்கிறேன்

தெருவோரத்தில்
கிழிசல் துணிகளைத் தைக்கிறேன்
மெத்தைகள் செய்கிறேன்
பிழைப்பு நடத்துகிறேன்
வாழ்க்கை நடத்த ஆசைப்படுகிறேன்

திடீரென்று நகரத்து நடுவில்
ஒரு புனித தீர்த்தமாக
என் இரத்தம் ஏன் மாறுகிறது என்று
எனக்குத் தெரியாது

தேர்தல்களுக்கு முன்னும்
பல சம்பவங்களுக்கு முன்னும்
நாடு செல்லும் திசையில்
ஒரு சத்திரமாகிறது என் இரத்தம்

நாடாளுமன்றத்தை நோக்கிய
யாத்திரையில் என் இரத்தம்
அவர்கள் கால்களுக்கு மருந்து.
என் இரத்தத்தில் நடக்கிறது
நில விற்பனைப் பேரம்
அரசியல் அதிகாரத்தின் கேடயமாக
மாறுகிறது என் இரத்தம்
அதிகாரத்தைப் பிடிக்க உயரும்
'கை'யாக மாறுகிறது என் இரத்தம்
பாரத மாதாவின் நெற்றித் திலகமாக
மாறுகிறது என் இரத்தம்
பாரதமாதா வழிபடும் 'தாமரை'யாக
மாறுகிறது என் இரத்தம்

என் ஒவ்வொரு காலடியும்
ஒரு இரத்தக் குளமாக மாறுகிறது

ஆயுதங்களின் தோரணமாக
மாறுகிறது என் கூடு
போகிப் பண்டிகையின்

நெருப்பாக மாறுகிறது என் கூடு
நரகாசுரனின்
சாம்பலாக மாறுகிறது என் கூடு

எதிர்வரும் தலைமுறைகளுக்காக
ஆதிமனிதன் கூட்டில்
பாதுகாத்து வைத்த
புறாவின் முட்டைகள் நொறுக்கப்படும்

அன்னையின் விலா எலும்புகள்
நொறுங்கும் ஒலி
கடைசித் தடவையாக
என் காதுகளில் ஒலிக்கிறது
தாய்மொழியை இழந்து விட்டது
என் கனவுகள்
பெரும்பான்மையினரின் மொழியை
தழுவும் என் எண்ணங்கள்

என் தேசபக்தியின் உரைகல்லாகிறது
கிரிக்கெட் பந்தயம்
என் தேசபக்தி அளவிடப்படுவது
எவ்வளவு தூரம் நான் தாய்நாட்டை
நேசிக்கிறேன் என்பதை வைத்தல்ல
எந்த நாடுகளை எவ்வளவு தூரம்
நான் வெறுக்கிறேன் என்பதை வைத்துத்தான்

வெள்ளித்திரையிலும்
அரங்குகளிலும்
நகைச்சுவை வில்லனாக
என் பாத்திரம்
அனைவருக்கும் கேளிக்கை தருகிறது
என்னை
பண்பாட்டுரீதியில் ஊனமானவனாக்குகிறது

நண்பர்களே !
தயைகூர்ந்து என்னை மன்னியுங்கள்

புதிய சொற்களை உருவாக்கி
திரித்துக் கூறி
என்னைக் கேலி செய்யத் தயங்காத
அந்த மகா கவியை[1]
என்னால் மன்னிக்க முடியாது

நண்பர்களே !
தயைகூர்ந்து என்னை மன்னியுங்கள்
இளவரசனுக்கும், பரதேசிக்கும்
வித்தியாசம் தெரியாமல்
உணர்ச்சிவசப்படும்
ஒரு மக்கள் கவிஞனைப் பற்றி[2]
நான் மகிழ்ச்சி கொள்ள முடியாது

வன்முறையின் உருவமாக
சகிப்பின்மையின் அடையாளமாக
என்னைச் சித்தரிக்கும் பிரச்சாரத்தைப் பார்த்து
நான் சிரிக்கிறேன்

எனது வளர்ச்சியின்
எதிர்கால அபாயங்கள் குறித்து
கூறப்படும் பேய்க் கதைகளைக் கேட்டு
நான் சிரிக்கிறேன்
வரலாற்றை மதமாகவும்
மதத்தை வரலாறாகவும்
புரட்டும் ஆட்சியாளர்களின்
காவல்நாய்களின் குரைப்பைக் கேட்டு
நான் சிரிக்கிறேன்

எனது சிரிப்புக்குப் பதிலாக
எதிரொலிக்கின்றன குற்றச்சாட்டுகள்
உண்மையில் அது சிரிப்பல்ல
தினம் தினம் நான்
எனக்குள் விழுங்கும்
நெஞ்சைப் பிளக்கும் அலறல் அது

மேல்தட்டு வர்க்கத்தால்
அநியாயமாக என் கழுத்தின் மீது
சுற்றப்பட்டுள்ள தனிநபர் சட்டத்தின்
முள்வேலியினுள் துன்பப்படுவது
நான் மட்டுமே

அரசியல் சட்டப்பிரிவு 370 இன்கீழ்
ஒடுக்கப்படுவது நான் மட்டுமே

உதட்டளவிலான மதச்சார்பின்மையால்
ஒழிந்து போவது நான் மட்டுமே

பிறவி அடையாளத்தோடு
நான் பிறந்திருக்கிறேன் என்று
நீங்கள் சொல்லவில்லையா?
என்னையே ஒரு பிறவி அடையாளமாக
நீங்கள் மாற்றவில்லையா?

பணக்காரர்களின் சூழ்ச்சிகளுக்கும்
என் கழுத்தையிறுக்கும்
சுருக்குக் கயிற்றுக்கும் இடையிலான
தொடர்பு குறித்து
என்னால் பேச முடியாது
அவர்கள் தங்களுக்குள்
நாட்டைப் பிரித்துக் கொண்டபோது
நள்ளிரவில்
எல்லைக் கோடாகச் சிந்திய
இரத்தத்திற்கும் எனக்குமுள்ள
தொடர்பை விளக்க வேண்டுமென்று
அவர்களை நான் வற்புறுத்த முடியாது
திரிசூலங்களால்
துப்பாக்கிகளால்
ஓட்டுப் பெட்டிகளால்
எனது பிறவி அடையாளத்திலிருந்து

இரத்தம் சிந்துவதை ஏன் என்று
நான் கேட்க முடியாது

ஆமாம்!
என் பிறவி அடையாளம்தான்
என் உயிர்
பிறவி அடையாளம்தான்
எனது இருத்தல்
பிறவி அடையாளம்தான்
என் குடியுரிமை
இந்தப் பிறவி அடையாளம்
என்னுடைய நீர், நிலம், காற்று
இந்தப் பிறவி அடையாளம்தான்
என் மரபு
என்றென்றும் ஆறாத புண்ணாக
இருப்பதும்
இந்தப் பிறவி அடையாளம்தான்.

காதர் மொஹியுத்தீன்

---

1. மகாகவி சிறீசிறீ வியாச கிரீடலு (கட்டுரை விளையாட்டு) என்ற தன் புத்தகத்தில் "கா சாய்" (கசாப்புக் கடைக்காரன்) என்ற சொல்லையும் சாய்பு என்ற சொல்லையும் ஒன்று சேர்த்து "கசாய்பு" என்ற புதிய வார்த்தையை உருவாக்கியிருந்தார். 2. மக்கள் கவிஞர் சுத்தாலா ஹனுமந்து பின்வருமாறு ஒரு பாடல் எழுதியிருந்தார்: "தாக்குங்கள் அவர்களை பயங்கரமாகத் தாக்குங்கள்/ வெட்டுங்கள், துண்டுதுண்டாக்குகள்/முஸ்லீம்கள் கயவர்கள்," நிஜாம் நவாப் ஒரு முஸ்லீமாக இருந்ததால் முஸ்லீம்கள் அனைவரையும் கொல்ல வேண்டும் என்று அறைகூவல் விடுத்தார். ஆனால், தெலுங்கானா ஏழை விவசாயிகளின் ஆயுதப்போராட்ட வரலாற்றில் "பண்டாகி" போன்ற முஸ்லீம்கள் வகுத்த பாத்திரத்தை அவர் மறந்து விட்டதுதான் வேடிக்கை.

15. ஒரு பிறப்பு

வேட்கையில் எரியும்
இருபத்தைந்து உடல்களின்
நறுமணத்துடன்
பனி ஆடை போர்த்திய
அய்ந்து மலைத்தொடர்களின்
அழகுடன்
எண்ணற்ற நட்சத்திரங்களின்
இசையுடன்
தெளிவான ஆயிரம் நீலக்கண்களின்
நேசத்துடன்
கோடி நிலவுகளின்
குளிர்ந்த ஒளிக்கதிர்களுடன்
பல்லாயிரக்கணக்கான பசும்புல்லின்
பரவசத்துடன்
நட்சத்திரங்களின்
மின்னும் பார்வையுடன்
நாற்பது இளம் சூரியன்களின்
தாகத்துடன்
வேட்கையால் சிவந்திருக்கும்
சமவெளிகளுடன்
இன்னொரு இதயத்திற்காக
ஒரு இதயத்துடன்

இப்போது
நான் பிறக்கிறேன்.

ரேவதி தேவி

16. கைப்பிடியளவு சுயமரியாதைக்காக

எனக்குத் தெரியாது
நான் எப்போது பிறந்தேன் என்பது
ஆனால் ஒன்று நிச்சயம்
ஆயிரம் ஆண்டுகளுக்கு முன்பு
இதே மண்ணில்தான்
நான் கொல்லப்பட்டேன்
புனரபி மரணம், புனரபி ஜெனனம்
இந்த கர்மவிதிகளைப் பற்றி
எனக்கு ஒன்றும் தெரியாது
ஆனால்
நான் இறுதி மூச்சை விட்ட
இடத்திலிருந்துதான்
மீண்டும், மீண்டும் பிறக்கிறேன்
மண்ணோடு கலந்து
கங்கை, சிந்துச் சமவெளியாகிறது
என் உடல்
என் கண்கள் கண்ணீராக உருகும்போது
நாடெங்கும் ஓடுகின்றன நதிகள்
என் இரத்த நாளங்களிலிருந்து பாயும்
உயிர்ச்சத்திலிருந்து விளைகிறது
இந்நிலம்
திரேதாயுகத்தில்
நான் சம்புகன்
இருபதாண்டுகளுக்கு முன் என் பெயர்
காஞ்சி கசிரெலா கொட்டசு[1]
நான் பிறந்த இடம்
கீழ்வெண்மணி, கரம் சேடு, நீருகொண்டா

நிலப்பிரபுத்துவக் கொடூரத்தில்
ஏர்முனையால்
என் நெஞ்சில் எழுதப்பட்ட பெயர்
சுண்டூர்
சுண்டூர் ஒரு இடுகுறிப்பெயர் அல்ல
இப்போதிலிருந்து அது ஒரு பொதுப்பெயர்
இப்போது ஒவ்வொரு இதயமும்
ஒரு சுண்டூர்
புரையோடிய புண்ணாக அந்தக் கிராமம்
மக்களிடையே
புரையோடிப் போயிருக்கும்
அந்தப் புண்ணின் மொத்த வடிவம் நான்
இந்தச் சுதந்திர நாட்டில்
விடுதலையடையாதவன்
நான் மட்டும்தான்
யுகங்களாக
வார்த்தைகளால் சொல்ல முடியாத
அவமானங்களுக்கும்
கொடுமைகளுக்கும்
வல்லுறவுகளுக்கும்
உள்ளானவன் நான்தான்
ஒரு கைப்பிடியளவு சுயமரியாதைக்காக
நான் தலை நிமிர்ந்தேன்.
நாறும் பணக்காரர்கள் மத்தியில்
ஒடுக்கும் மேல்சாதிகளுக்கிடையில்
ஓர் எதிர்ப்பாக நிகழ்கிறது
என் வாழ்க்கை
பிழைப்பதற்காக
தொடர்ந்து செத்துக் கொண்டிருப்பவன் நான்
நான் பலியானவன் மட்டுமல்ல
தியாகி, மரணமற்றவன்
நாடு செழிப்பதற்காக
பஞ்சங்களை விழுங்கிய சிவன் நான்
சூரியனை உதைத்து

தலைகீழாக இருந்த காலையை
நேராக்கியவனும் நானே.

பற்றியெரியும் உலையில்
முழக்கங்களைக் கொட்டுபவனும் நானே
உன் ஆறுதல் வார்த்தைகளும் வேண்டாம்
உன் கண்ணீரும் எனக்கு வேண்டாம்
நான் பலியானவன் மட்டுமல்ல
தியாகியும் கூட
உயர, உயரப் பறக்கும்
எதிர்ப்பின் கொடியும் நான்தான்
எனக்காகக் கண்ணீர் சிந்த வேண்டாம்
உன்னால் முடிந்தால்
ஊரின் மையத்தில் என்னைப் புதைத்து விடு

மூங்கிலாக மலர்ந்து
வாழ்வின் இசையை மீட்டுவேன்
இந்த நாட்டின் அட்டையில்
என் பிணத்தை அச்சடித்து விடு
வரலாற்றின் பக்கங்களில்
ஒளிமயமான எதிர்காலமாக
நான் பரவுவேன்
காட்டுத் தீயாக
இந்த நாட்டில்
மீண்டும், மீண்டும் பிறப்பேன்.

கலிகுரி பிரசாத்

1.காஞ்சி கசிரெலா கொட்டசு: கிருஷ்ணா மாவட்டத்தைச் சேர்ந்த இந்தக் கிராமத்தில்தான் சாதி இந்துக்கள் திருட்டுக் குற்றத்திற்காக ஒரு தலித் இளைஞரை உயிரோடு கொளுத்தினார்கள்.

17. நடப்பு வரலாறு

புன்சிரிப்புடன்
ராமனைக் கொல்கிறான் சம்புகன்
கோடரியால்
துரோணரின் கட்டைவிரலை
வெட்டியெறிகிறான் ஏகலைவன்
தன் சிறிய பாதத்தால்
வாமனனை பாதாள உலகத்திற்கு
தள்ளுகிறான் மகாபலி

ஊசி குத்தப்பட்ட கண்களுடன்
வெட்டப்பட்ட நாக்குகளுடன்
ஈயம் காய்ச்சி ஊற்றப்பட்ட காதுகளுடன்
இடுகாட்டில் புரண்டு கொண்டிருக்கிறான்
மனு

காலத்தின் கொலைவாளின் மீது
நின்று கர்ஜித்தபடி
சங்கரரின் மீது
நான்கு வெறி நாய்களை
ஏவி விடுகிறான் சண்டாளன்

இதுதான்

நடப்பு வரலாறு
சண்டாள வரலாறு.

சிவசாகர்

18. எச்சரிக்கை

உடலையும் மனத்தையும் மறைத்து
அங்கி அணிந்திருக்கும்
சதைக் கூட்டமாகிய நாங்கள்
பயனற்றவர்கள்

நிறமற்ற, சுவையற்ற
மணமற்ற
ஒரு வாழ்வை இழுத்து வரும்
வௌவால்கள் நாங்கள்
மெகரை முகத்தில் வீசியெறிந்து
மனைவிகளை
மாற்றிக் கொள்ளக் கூடியவர்கள்தான்
எங்கள் தற்காலிகக் கணவர்கள் என்பதை
தெரிந்தும்கூட
எங்கள் துப்பட்டாக்களை
அலங்கரித்துக் கொள்கிறோம்
புன்னகைகளால்.
இந்தப் போலி மணவாழ்க்கையும்
மூன்று முறை தலாக் கூறினால்
முறிந்து விடும் என்று தெரிந்தும் கூட
மணமகளாவதில்
மகிழ்ச்சியடைகிறோம்

ஆண்மையின் பீடத்தில்
பலியாவதற்காக

கருப்பு மணிகளாக
மரபு என்னும் மலைப்பாம்பை
சுற்றியிருக்கிறோம்

அடர்ந்த தாடி, வெள்ளைக் குல்லாய்
பைஜாமா, குர்தா
கஷார், நமாஷ்
அய்யா!
நீங்களெல்லாம் அருள்மிக்கவர்கள்
புனிதமான மரபுகளைக் காக்கும்
கற்கதவுகள் நீங்கள்
உங்கள் சந்தோஷத்திற்காக
பன்னிரெண்டு குழந்தைகளைப் பெற
செத்துப் பிழைக்கிறோம்
இல்லாவிட்டால்
நாங்கள் நரகத்திற்குத்தான் போவோம்!
ஏதோ இப்போது நாங்கள்
அனுபவிப்பது சொர்க்கம் என்பது போல

பழத்தைப் பிழிவது போல
எங்களைப் பிழிந்து சக்கையாக்கிய
பர்தாக்களுக்குள்
எங்களை நடைப்பிணங்களாக்கிய
குரலற்ற உடல்களாகவும்
குழந்தை பெறும் இயந்திரங்களாகவும்
எங்களை ஆக்கிய
உங்கள் மரபுகளுக்கு முதல் வணக்கம்

கூண்டில் என்னை அடைக்கும்
அந்தப் பர்தாவை
இப்போதே கிழித்தெறியப் போகிறேன்
காபிர் என்று என்னை
முத்திரை குத்தினாலும்
எனக்கு இனிப் பயமில்லை

உங்கள் காலைப் பிடித்த
இந்தக் கைகள்
உங்களைக் கட்டியணைத்த
இந்தக் கைகள்
இப்போது
முஷ்டிகளாக இறுகிக் கொண்டிருக்கின்றன
மனதார விரும்பாவிட்டாலும்
உங்களோடு தொடர்ந்து வாழ்ந்ததற்காக

நாங்களும் சிந்திக்கிறோம்.

ஷாஜகானா

19. பஞ்சம இசை

என் மதிப்பிற்குரிய ஆசிரியருக்கு
பணிவான வணக்கம்
அய்யா!
நூற்றுக்கு பதினேழு மதிப்பெண்கள் தந்து
என் நூற்றாண்டு வாழ்க்கையை
பொய்த்து விட்டீர்கள்

உங்கள் கை விரல்களை எண்ணி
எனக்கு கணக்குச் சொல்லித் தந்தீர்கள்
செத்தாலும் புரியாதென்று
என்னைச் சபித்தீர்கள்
சாகும் போதுதான்
இது எனக்குப் புரிந்தது

எப்படிக் கூட்டிப் பார்த்தாலும்
என் கையில் இருப்பது
நான்கு விரல்கள் மட்டுமே

என் அப்பாவுக்கும்
அந்த அய்ந்தாவது விரல் இல்லை
முட்டை போட்டு
நீங்கள் அனுப்பி வைத்த
என் மதிப்பெண் அட்டையில்
அவர் என்றுமே
கைநாட்டு வைத்ததேயில்லை

என் அம்மா
நிலாக் காட்டி எனக்கு
சோறூட்டியதில்லை
அவளுக்கும் கட்டைவிரல் இல்லை
உங்கள் முன்
முட்டாளாக நான் நின்ற போதெல்லாம்
அமுதத்தின் மொழியில்
என்னைச் சபித்தீர்கள்
அமுதத்தின் சுவை என்னவென்று
எனக்குத் தெரியாது
நான் சாப்பிட்டது சோறு

அய்யா!
நீங்கள் சொல்லுங்கள்
பஞ்சமசாதி என்பது யார்?
அய்ந்தாவது விரல் இல்லாதவனா?
என் முப்பாட்டன்
ஏகலைவனிடமிருந்து
நான் கற்றுக் கொண்டது இதுதான்.

2

உங்கள் குருதட்சணையைக் கொடுக்காமல்
செத்துப் போனதற்காக
என்னை மன்னியுங்கள்
உங்களுக்குத் தர
என்னிடம் என்ன இருக்கிறது?
என் உடம்பின்
தீட்டுப்படாமல் இருந்திருந்தால்
என் உயிர் மூச்சை
உங்களுக்குத் தந்திருப்பேன்
சுத்தமும், மென்மையும் நிறைந்த
இதயத்தைத் தந்திருப்பேன்
கூருணர்ச்சிகளையும் தந்திருப்பேன்
ஆனால் என் சாவை

நீங்களும் சாக வேண்டிவரும்
நான் கொடுக்கக்கூடிய
சிறந்த தட்சணை
என் கொடும்பாவிதான்
காந்தியின் பிறந்த நாளின்போது
சமபந்தி விருந்தில்
நீங்கள் உணவருந்தும்போது
அது உங்களை திருஷ்டியிலிருந்து
காப்பாற்றும்
மகாபாரதத்தில்
ஏகலைவனும் கூட ஒரு கொடும்பாவிதான்.

3

வகுப்பறையில்
பாண்டவர்களுக்கும், கௌரவர்களுக்கும்
என் வாழ்த்தைச் சொல்லுங்கள்
புதிய சாதிச் சான்றிதழோடு
வகுப்பில் சேர்ந்திருக்கும்
கர்ணனுக்கு என் அனுதாபங்கள்
அவர்கள் புத்திசாலிகள்
உங்கள் பாடல்களை
அவர்கள் பாராட்டினார்கள்
எனக்கு
அவை சாபங்களாகவே ஒலிக்கின்றன
உண்மையைச் சொல்லப் போனால்
மனுவின் விதிகள்
ஆபாசமானவையாகத்தான்
எனக்குத் தோன்றுகின்றன

என்னைத் திட்ட
உங்களுக்கு வார்த்தைகள் இல்லாதபோது
நீங்கள் பேசியது
என் அம்மாவைப் பற்றித்தான்
உங்கள் வசவுகளிலும்கூட

என் அம்மாவுக்குத்தான்
நான் பிறந்தேன் என்பதில்
எந்தச் சந்தேகமுமில்லை
எங்கள் அம்மாவின் குழந்தைகளாக
இருப்பதில்
எங்களுக்குப் பெருமைதான்
அம்மாதான் எங்கள் கடவுள்
உங்களால் துரத்தப்பட்ட
குந்தி
எங்கள் வீட்டில் கடவுள்.

4

இல்லை -
என்னை எரித்தது மண்ணெண்ணெய் அல்ல
எனது சுயமரியாதை
இதை பத்திரிகைக்குச் சொல்லுங்கள்
எரியும் என் பிணத்தின்
நாற்றத்தை
என்னாலேயே தாங்க முடியவில்லை
உன் வாழும் உடலிலிருந்து எழுவதும்
அதே நாற்றம்தான்
பிறகு நான் புரிந்து கொண்டேன்
உனக்கும் எனக்கும் இடையிலான
வேறுபாட்டை
வாழும் போதே நாறுகிறது

உன்னைக் கொல்வது
பாவமல்ல என்று
என் நண்பர்கள் சொல்கிறார்கள்
ஆனால் நீ
எப்போதாவது உயிரோடிருந்திருக்கிறாயா?

என்னைப் பார்த்து இளிக்கிறது
உன் மண்டையோடு

வீரன் ஏகலைவன்
பிணங்களைக் கொல்வதில்லை.

5

இறுதியாக ஒரு வார்த்தை
என் இறுதிச் சடங்கில்
கலந்து கொண்ட மாமாக்களுக்கு
என் நன்றி
அவர்களின் கண்ணீரில் ஊர்
மூழ்கியதாக நான் கேள்விப்பட்டேன்
அவர்கள் முகங்களை
பார்த்துக் கொண்டிருந்தேன்
அவர்கள் ஒப்பனை கலைந்தது
சுயரூபம் தெரிந்தது
பூஞ்சனை பிடித்த
ஓட்டுப் பெட்டிகள் போல
நாறின அவர்களின் இறுதி அஞ்சலிகள்
அவர்களின் உதவிக்கு
என் நன்றியைத் தெரிவியுங்கள்
என் ரேசன் கார்டிலேயே
மண்ணெண்ணெய் வழங்கினார்கள்
என்னை எரிப்பதற்கு.
நான் அவர்களுக்கு கடன்பட்டிருக்கிறேன்
ஏகலைவன்
அந்தக் கடனை அடைப்பான்
காட்டில் அவர்களை
இலவசமாக எரிப்பான்.

சதிஷ் சந்தர்

20. ஆறாவது சாதி

என் விரல்கள் அய்ந்தும்
துண்டிக்கப்பட்டன
என்னிடம் மிச்சமிருப்பது
செயற்கையான ஆறாவது விரல் மட்டுமே

இரத்தம் கசியும் புண்ணாக நான்
மெல்லிய ஓலைச்சுவடிகளில்
எழுதப்பட்ட விதிகளாக
என் மதநம்பிக்கை
என் நெஞ்சத்தைத் துளைக்கிறது.
அந்த ஓலைச் சுவடியின்
எழுத்துகளால்
எனக்கு எந்தப் பயனுமில்லை
ஆனால்
தீண்டவரும் இரு உணர்ச்சிகளுக்கு நடுவில்
அந்த அவநம்பிக்கை
உருவம் கொள்ளும்போது
கடவுளின் காலடியில் கிடக்கும்
உடைந்த தேங்காய் ஆகிறேன்

அண்மைக் காலத்திலும்கூட
என் முதுகில்
தொங்கிக் கொண்டிருந்தது
காய்ந்த பனை ஓலை ஒன்று
மண்டியிட்டு ஊர்ந்து
நான் நான்காம் வர்ணமாக

வாழ்ந்தேன்
ஊருக்கு வெளியில் வாழ்ந்தபடி
வேதங்களைக் கேட்டதற்காக
ஈயம் காய்ச்சி
என் காதுகளில் ஊற்றப்பட்டது
மிகச் சமீபத்தில்தான்.
ஆமாம்! அப்போது நான்
அய்ந்தாம் வர்ணத்தவன்
இன்று -
எனது ஆறாவது வர்ணத்தை
காட்டியபடி
என் இரத்தத்தில்
எரிந்து கொண்டிருக்கின்றன
அகல்விளக்குகள்.

2

என்னைக் கேலி செய்கிறது
என் நேர்மையைச் சோதிக்கிறது
என் நெஞ்சின்மீது
சந்தேகப் பார்வையை வீசுகிறது
என் ஆறாவது விரல்.
வெட்டப்பட்ட விரல்கள் ஒரு புண்ணாக
என்னை எச்சரிக்கை செய்கின்றன
ஆறாவது சாதிக்காரன் என்று
என்னை வளர்த்த கிராமம்
எனக்குத் துரோகம் செய்கிறது
என்னைத் துரத்துகிறது
நான் தாய்ப்பால் குடிப்பதைக்கூட
காம இச்சையாக வர்ணிக்கிறது
என் நெற்றியில் எழுதப்பட்டிருக்கும்
ஆறாம் வர்ணத்தின் விதி.
மேலும் சொன்னால்
என்னைத் தூக்கிலிடும் பாத்திரத்தை
வகிக்கவும் அது தயாராய் இருக்கிறது.

3

விருந்துகளில் உணவு பரிமாறுவது
யாரென்று எனக்குத் தெரியும்
வெட்கத்தை மறைக்க
எச்சில் இலைகளால்
தங்கள் முகத்தை மூடிக்கொள்வது
யாரென்பதும் எனக்குத் தெளிவாகத் தெரியும்
பட்டினி கிடக்கும்
ஏழைகளின் கண்ணீர்
அவர்களுக்குத் துரோகமாகப்படுகிறது
ஆமாம்!
நான் ஆறாவது சாதிக்காரன்தான்.

4

எனது விரல்களை
திரும்பத் தாருங்கள் என்று
நான் கேட்கவில்லை
ஆனால் -
அவமானத்தின் சின்னமாக
என் கழுத்தைச் சுற்றியிருக்கும்
இந்த ஆறாவது சாதியின் அடையாளம்
என் குழந்தைகளுக்காவது
இல்லாது இருக்கட்டும்
அதற்கு மட்டுமாவது
வாக்குறுதி கொடுங்கள் போதும்.

இக்பால் சந்த்

21. வார்த்தைக் கொடிகளை ஏற்றுங்கள்

மக்களே!
உரக்கப் பேசுங்கள்
பிரபஞ்சம் நொறுங்கும்படி
வார்த்தைகளின் ஒலிகள்
அதிரட்டும்
காற்றாக வார்த்தைகள் அலையட்டும்
நமது அறிவுக் கூர்மையால்
இரவு விடியட்டும்
சூரியன் மலரட்டும்
மக்களே!
உரக்கப் பேசுங்கள்
நம்மிடமிருந்து
அவன் அனைத்தையும்
பறித்துக் கொண்டான்
நம் உணர்ச்சி, வெளிப்பாடு
மொழி, அதன் ஒலி
அனைத்தைச் சுற்றியும்
மதிப்பீடுகளின் முள்வேலியை
அவன் எழுப்பியிருக்கிறான்
அவற்றை அழியுங்கள்
என்னருமை மக்களே!
அவற்றை இடித்துத் தள்ளுங்கள்

நாம் ஒருவரையொருவர்
தவறாகப் புரிந்து கொள்கிறோம்
காரணம்
வார்த்தைகளை அவன் குழப்பிவிட்டான்
நம் மண்டைகளுக்குள்
அவற்றை நுழைத்தும் விட்டான்
என்னருமை மக்களே
இடைவெளியைக் குறைப்போம்
வார்த்தைகளால் பாலம் கட்டுவோம்
அவன் நம்மிடமிருந்து
அனைத்தையும் பறித்துக்கொண்டு விட்டான்

இருந்தும்
நம் வார்த்தைகளை அவனால்
புரிந்து கொள்ள முடியவில்லை
நம்மிடமிருந்து
வார்த்தைகளை அவனால்
பறித்துக் கொள்ள முடியாது
எவ்வளவுதான் முயற்சி செய்தாலும்
நம்மிடமிருந்து
நம் வார்த்தைகளை
அவனால் திருடிச் செல்ல முடியாது

என்னருமை மக்களே!
உரக்கப் பேசுங்கள்
உங்கள் குரல் உடையும் வரையிலும்
குடல் வெளிவரும் வரையிலும்.
என்னருமை மக்களே!
வாழ்க்கையின் உண்மைகளை
உரக்க அறிவியுங்கள்
வார்த்தைகளை முழுங்க வேண்டாம்
முனகல் வேண்டாம்
சீண்டல் வேண்டாம்
கிண்டல் வேண்டாம்
திக்கித் திணற வேண்டாம்

விலாவில் உதைப்பது போல
மூக்கில் குத்துவது போல
முகத்தில் அடிப்பது போல
உரக்கப் பேசுங்கள்
ஈட்டியாக வார்த்தைகளை வீசுங்கள்
தோட்டாக்களாக
வார்த்தைகளைச் சுடுங்கள்
வில்லை ஏற்றி
அம்புகளை விடுங்கள்
அவன் மெழுகு மாளிகை மீது
வார்த்தைத் தீயை வீசுங்கள்
கரகரக்கும் அவனின் குரலைக் கேட்டு
அவன் வாயைப் பார்த்து
நாற்றமடிக்கும்
அவன் மொழியறிவை உணர்ந்து
நின்றுவிட வேண்டாம்
மௌனத்தால்
உங்கள் உதடுகளை
தைக்க வேண்டாம்
வார்த்தைத் திரைகளுக்குப் பின்னால்
உங்கள் உணர்ச்சிகளை
மறைத்துக் கொள்ள வேண்டாம்

உங்கள் வெளிப்பாடுகளில்
அலங்காரம் வேண்டாம்
நமது நெஞ்சின்மீது
துப்பாக்கியை வைத்தும்கூட
அவனால்
நம் வார்த்தைகளை எடுத்துச் செல்ல முடியாது

வார்த்தைகள்தான்
நமது ஆயுதங்கள்
மின்னல் வெட்டுவது போல
இடி முழங்குவது போல
சிகரத்திலிருந்து

சமவெளிக்குப் பாயும்
அருவி போல
சுதந்திரமான காற்றைப் போல
சுழலும் புயலைப் போல
வெள்ளப் பெருக்கைப் போல
என்னருமை மக்களே!
உரக்கப் பேசுங்கள்

என்னருமை மக்களே!
தெளிவாக, துணிவாக
உரக்கப் பேசுங்கள்
தயக்கமற்ற செங்கொடிகளைப் போல
வார்த்தைக் கொடிகளை
வானில் ஏற்றுங்கள்
விடுதலைக்காக
என்னருமை மக்களே
உரக்கப் பேசுங்கள்

விமலா

மரக்குதிரை

நஙமுனி

மரக்குதிரை

வாழ்க்கை மாயை
என்று சொல்வது சுத்தப்பொய்
மின் கம்பிகளிலும்,
வீட்டுக் கூரைகளிலும்
அமர்ந்தவாறு
கழிவுப் பொருட்களைத் தின்றபடி
செத்துக் கிடக்கும் விலங்குகளை
ஆதரவற்ற மக்களின் காயங்களை
கொத்திக் கிளறியபடி
இந்தப் பொய்யைப்
பிரச்சாரம் செய்வது காக்கைகள் மட்டுமே.

மனிதம் உயிரோடிருப்பதாக
சொல்வது சுத்தப்பொய்
பசுத்தோல் தேடும் புலிகள் மட்டுமே
மக்களிடம் ஒழுக்கநெறிகளை
போதனை செய்கின்றன.

கவிதை என்பதும் பொய்தான்
உலக நன்மைக்கே தான் இருப்பதாக[1]
சொல்லிக் கொள்ளும் கவிதை
சிருங்காரக் கவிதையாக
இளம் நாயகிகளின் தொடைகளுக்கிடையில்
சிக்கிக்கொண்டிருக்கிறது[2]
பறக்க நீங்கள் பாதங்களில் தடவும்

தைலக் கதைகளில்
ஒட்டிக்கொண்டிருக்கிறது[3]

துறவறம் தேடி
மலைகளுக்குப் போகாதீர்கள்
மக்களிடம் போங்கள்.
நீங்கள் துறப்பது
உங்கள் குடும்பத்தையல்ல
உங்களைத்தான்
எல்லா மொழிகளையும்
கடந்து நிற்கும் ஒலி
ஓம் அல்ல
ஆதரவு கேட்கும் அலறல்தான்.

உண்மையின் பாதையை
திறப்பது தொழில்நுட்பம்
என்பது சுத்தப்பொய்
யுகங்கள் கடக்க
மனிதன் பண்படுகிறான்
என்பது சுத்தப்பொய்
சாலையோரத்தில்
முடிவற்று முனகியவாறு
உயிர்வாழத் துடிக்கும் மனிதனின்
இறுதி மூச்சு மட்டுமே உண்மை
மரணம் மட்டுமே உண்மை.

பேச்சற்றுக் கிடக்கும் பிணம் உண்மை
வறுமை உண்மை
செல்வத்தைப் படைக்கும் தொழிலாளியின்
நாளங்களில் ஓடும் இரத்தம்
அது மட்டுமே உண்மை.

வாழ்க்கை என்பது ஏர்முனை
அது உடலை ஆழ உழுகிறது
அனுபவப் பயிரில்

பொன் விளைகிறது,
உழவனுக்கு மிஞ்சுவதோ
கற்றாழைச் சோறும்
கண்ணீரும் தான்.

நிலவை நோக்கிப் பாய்கிறது ஏவுகணை
வெளியின் பாடலைப் பாடியபடி
அறிவியலின் முன்னேற்றத்தை
கேலி செய்கிறது
அதில் ஒட்டிக்கொண்டிருக்கும் ஒரு கொசு.

2

காகிதத்தில் ஆசைகளைப் புதைக்கும்
ஒரு வெட்டியான்
கவிதை

கவிஞனிடம் பிறக்கும்
ஒவ்வொரு ஆசையும்
கருவிலேயே தன் கருத்தைக்
கொன்று விட்டுத்தான் பிறக்கிறது
கவிஞன் ஒரு கொலைகாரன்
என்று அடையாளம் காட்டுகிறது

பயன்படுத்தும் ஒவ்வொரு
ஆசையையும்
சந்தேகிக்கிறான்
உண்மைக் கவிஞன்.

மனிதனின் ஒவ்வொரு உறுப்பும்
தன் வாழ்நாள் முழுவதும்
மிருகமாக மாறவே முயல்கிறது.

பூமியின் மீது வினையாற்ற
அண்ட வெளியில்
சுற்றிச் சுழல்கின்றன கிரகங்கள்

இறுதியில் மிஞ்சுவதோ
கொலை மட்டுமே
காயமில்லை
இரத்தமுமில்லை.

3

நான் பாடிக்கொண்டிருப்பது
ஒரே பாடலாக இருக்கலாம்
அதை என் வாழ்நாள் முழுவதும்
பாடுவேன்
என் வயிற்றிலிருந்து
குடலை உருவி
ஓரிழை யாழாக மாற்றி
தெருத்தெருவாக அதை மீட்டி வருவேன்.

உண்மையைக் கேட்கக்கூடிய காதுகளை
நான் தேடிக் கொண்டேயிருப்பேன்

4

அதிகாலை நேரம்
எலும்பும் தோலுமாக எருதுகள் பின்தொடர
தோளில் ஏரோடு
வயலுக்குக் கிளம்புகிறான் உழவன்
சிலுவையைச் சுமந்து செல்லும்
யேசுவை நான் காண்கிறேன்.

ஆம்
நான் கொலையைப் பற்றித்தான் பேசுகிறேன்
கடைசி விருந்தின்போது
தன்னைக் காட்டிக்கொடுத்தது யார் என்று
யேசுவுக்குத் தெரியும்
கொலைகாரர்கள் யார் என்று
எனக்குத் தெரியும்
இப்போதைக்கு

நான் குற்றம் சாட்டுவது
கடலை மட்டுமே.

நாட்காட்டிக்கு உடல் இல்லை
காலம் எனும் நாய் கவ்விய
எலும்பு அது
பல்லியாய்
சுவரில் ஒட்டிக் கிடக்கும்
ஒரு துண்டுக் காகிதம் அது
கூண்டில் நிற்கும்
குற்றவாளி போல
ஊமையாய் நாட்கள்
அது எந்த நாளாகவும் இருக்கலாம்
உதாரணமாய்
நவம்பர் பத்தொன்பது
இன்பங்களையும், துன்பங்களையும் தவிர
நாட்காட்டியில்
கண்ணீரின் அறிகுறியே இல்லை
போர்வை போர்த்திக் கிடக்கும்
நோயாளிகளைப் போல
வாரங்கள் கிடக்கின்றன
போர்வைக்குள் ஒளிந்திருக்கும்
வலியின் மீது
வெள்ளைக் காகிதம் மருந்தாய்ப் படிகிறது
காலத்தை
நாட்களாகவும், வாரங்களாகவும்
வெட்டும் போது
வெள்ளை இரத்தம் பீறிடுகிறது
போர்வையை விலக்கி
வெள்ளை இரத்தத்திற்குப் பின்னால்
உறைந்திருக்கும் வேதனையை
உங்களால் பார்க்க முடிந்தால்
அது எந்த நாளாகவும் இருக்கலாம்
அது எந்த வாரமாகவும் இருக்கலாம்
ஆனால் காலத்தின் கண்

சனிக்கிழமை என்ற கொக்கியில் சிக்கி
துடித்து விறைத்திருப்பதை
நீங்கள் பார்க்க முடியும்.

இயற்கையோ பண்பாடோ
மனிதனை ஆளும் ஒரே உண்மை
பேயிருள் மட்டுமே

மனிதம் ஒவ்வொரு நாளும் - ஒவ்வொரு கணமும்
பிறந்து மடியும்
ஒளிக்கீற்று மட்டுமே.

5

ஜெனிவாவில் அமைதி மாநாடு
கோவில்களில் வழிபாடு
இலவச உணவாகக் கஞ்சி
மசூதிகளில் தொழுகை
எல்லா மொழிகளிலும்
பல குரல்களில்
சாத்தான் வேதம் ஓதுகின்றது

விடுவிக்கப்பட்ட புறா
பூனையின் வாயில் விழுகிறது
இலவச உணவையும்
வழிபாடுகளையும் எதிர்த்து நின்று
ஏளனமாய்ச் சிரிக்கிறது பசி.
உணவை வைத்திருப்பவனுக்குத்தான் தெரியும்
பசி கலகம் செய்தால்
அதை எப்படி அடக்குவதென்று.
விசையை இயக்கும்
விரல்களுக்குத்தான் தெரியும்
குண்டுகள் எந்த இதயத்தைத் துளைக்கும் என்பது.
கொலைகாரர்கள் யார் என்று எனக்குத் தெரியும்
ஒரு கவிஞனாக
ஒரு பாசாங்குக்காரனாக

இப்போதைக்கு நான் குற்றம் சாட்டுவது
காலத்தை மட்டுமே.

ஆடை உடுத்திய நாகரிகம்
நிர்வாணத்திற்குள் புகலிடம் தேடுகிறது
இரவு விடுதிகளில்
நிர்வாண நடனங்களில்
ஆழ்ந்திருக்கும் கண்களுக்குப் பின்னால்
அது ஒளிந்து கொள்ள முயல்கிறது
அங்கும் இருக்கிறது பசி
எண்ணற்ற வடிவங்களில்
வாழ்நாள் முழுதும் அது மனிதனை வேட்டையாடுகிறது
வாழ்வு நெடுகிலும் பொந்துகள்
மனிதர்கள் வாழ்வதில்லை
அவர்கள் தப்பிக்கிறார்கள்
அறியப்படாத ஒரு எதார்த்தத்திலிருந்து
உலகம் தப்பியோடுகிறது
மூச்சிரைக்க ஓடுகிறது
கையில் வாளோடு
மரணம் அதைத் துரத்துவது போல்
மனிதர்களின் மூச்சை வெட்ட
வாள் தேவையில்லை
அவர்களை அழிக்க
கணப்பொழுதில் அவர்களைப் பிணமாக்க
துப்பாக்கிகள் தேவையில்லை
யுத்தங்கள் தேவையில்லை
தண்ணீர் போதும்
தாகம் தணித்து
வாழ வைக்கும் தண்ணீர்
கொல்லவும் செய்யும்

மனித குரூரமோ
இயற்கைச் சீற்றமோ
உடைந்து நொறுங்குவது
ஏழையின் எலும்புதான்

இறுதியில் மிஞ்சுவது
வெற்றுக் குடிசைகளே
ஹெலிகாப்டரில் இருந்து
விமானத்தில் பறந்து
நீங்கள் அவற்றைப் பார்க்கலாம்.
காரில் ஒளிந்து
தொப்பியுள் மறைந்து
பத்திரிகைச் செய்திகளுக்குப் பின்னாலிருந்து
அவற்றை நீங்கள் எட்டிப் பார்க்கலாம்
அல்லது
நெருங்கி வந்து உலுக்கிப் பார்க்கலாம்
அல்லது
உங்கள் பாசாங்கையும் குரூரத்தையும்
மறைத்துக் கொண்டு
கருணை காட்டும் பாவனையில்
நீங்கள் இரக்கப்படலாம்
பரிவு காட்டலாம்

எப்படிப் பார்த்தாலும்
உங்களுக்குத் தெரிவது ஒரே சித்திரம்தான்
மௌனத் துயரின் ஓயாத அலைகள்
கவலை வேண்டாம்
பிணங்கள் விளக்கம் கேட்பதில்லை
கடைசி விருந்தின் போது
தன்னை காட்டிக் கொடுத்தது
யார் என்று
யேசுவுக்குத் தெரியும்
கொலைகாரர்கள் யார் என்று
எனக்குத் தெரியும்.
இப்போதைக்கு
நான் குற்றம் சாட்டுவது
இயற்கையை மட்டுமே

ஒரு காலத்தில்
இங்கே ஒரு கிராமம் இருந்தது

ஒரு காலத்தில்
இந்த நிலத்திலும், காற்றிலும், வானத்திலும்
மனிதர்கள் நிறைந்திருந்தார்கள்
அவர்களின் பாடல்களை, சிரிப்புகளை, துயரங்களை
ஏக்கப் பெருமூச்சுக்களை
ஆறுதல் வார்த்தைகளை
நீங்கள் பார்த்திருக்கலாம்
கேட்டிருக்கலாம்
காற்றில் மிதக்கும்
இலைகளின் பசுமை
பழங்களைக் கொத்தி விளையாடும்
பறவைகள் கூட்டம்
இரகசியக் குரலில்
காதல் மொழி பேசும்

ஒரு காலத்தில்
இங்கே
காற்றில் அலைந்தன
பொன்னிறக் கதிர்கள்

காலத்திற்கு வெட்கமில்லை
வரலாற்றுக்கு வெட்கமில்லை
படைப்பிற்கு வெட்கமில்லை

எளியவன்
செல்வத்தைப் படைக்கிறான்
வலுத்தவன் அதை விழுங்கி
வறுமையைப் பரப்புகிறான்
வரலாறு நெடுக
ஏழைகளின் பிணங்கள்

6

அரண்மனையை
மனைவியை
மகனை

பெற்றோர்களை
செல்வங்களை
மணிமகுடத்தை
நள்ளிரவில் துறந்து
பேரரசின் முடிவுக்கு வந்த
எதிர்கால புத்தனை
சுமந்து சென்ற குதிரை
கண்ணீரோடு
இன்றும் நின்று கொண்டிருக்கிறது
நாகார்ச்சுனா மலைமீது
மனிதனின் மனதில்
அந்தப் போதிமரம் பட்டுப்போய்
வெகு காலமாகிவிட்டது

7

குதிரை
வேகத்தின்
விசுவாசத்தின்
வெற்றியின் அடையாளம்
வலிமையான ஆட்சியின் அடையாளம்
மரக்குதிரையோ
அறியாமையின் அடையாளம்
முட்டாள்தனத்தின் அடையாளம்
ஆணவத்தின் அடையாளம்
தேக்கநிலையின் அடையாளம்
செயலற்ற அரசின் அடையாளம்
குதிரையின் இதயம்
ஸ்தம்பித்து விட்டது கண்ணீரில்
ஆனால் மரக்குதிரையோ
கள்ள நாணயத்தைப் போல
இளிக்கிறது.
மரக்குதிரையின் கால்
நிலத்தில் பதிவதில்லை
இரும்புக் குளம்புகளோடும்

பிளாஸ்டிக் இதயத்தோடும்
பணத்திமிரோடும்
ஏழையின் தோள்களில்
சவாரி செய்கிறது.

அதன் சுமையின் கீழ்
தலையை நிமிர்த்தினால்
சீறிக் கனைக்கிறது
நசுக்குகிறது

கோவிலில் இருக்கும்
ஆபாசச் சிற்பங்களைப் போல
மரக்கத்தியை வீசியவாறு
அரசாங்கங்கள்
மரக்குதிரையில் சவாரி செய்கின்றன.

8

கடைசி விருந்தின்போது
தனக்குத் துரோகம் செய்தது
யார் என்று
யேசுவுக்குத் தெரியும்

எனக்குத் தெரியும்
கடற்கரையோரம் குடிசைகள் இருப்பது
குடிசைகள் அருகில் புற்றுகள் இருப்பது
புற்றுகளில் நாகங்கள் இருப்பது
நாகங்களின் பல்லில் விஷம் இருப்பது
படமெடுக்கும் அலைகள்
பால் வார்க்கும் கையை
கொத்தக் காத்துக் கொண்டிருப்பது
எனக்குத் தெரியும்
கொலைகாரர்கள் யார் என்று
எனக்குத் தெரியும்
இப்போதைக்கு

நான் குற்றம் சாட்டுவது
கடலை மட்டுமே

தூங்கும் போது
கனவுகள்
உங்கள் கண்களைக் கொத்துகின்றன
தொட்டால்தான்
தேனீக்கள் துரத்தி வந்து கொட்டுகின்றன
தொடாத போதிலும்
எதிர்த்து ஒரு வார்த்தை கூட பேசாதபோதிலும்
அருவருப்பான அரசியல்
அனைவரையும்
கொட்டுகிறது
காலம் அறியும்
மனிதனை மனிதன் ஏமாற்றுவதை
காரணம் வேண்டுமானால்
காரல் மார்க்சைக் கேளுங்கள்

அருங்காட்சிச் சாலையில்
கன்னத்தில் கைவைத்து
உட்கார்ந்து சிந்திக்கிறான் ரோதின்

மனிதனுக்கும் சிந்தனைக்கும்
என்ன உறவு?
சிந்தனைக்கும், சொல்லுக்கும்
என்ன உறவு?
உடலுக்கும், வலிக்கும்
என்ன உறவு?
நீருக்கும் நிலத்துக்கும்
என்ன உறவு?

9

இரண்டு உடல்களும் ஒன்றிணையும்
அந்த நேரத்தில்

கடிகாரத்தின் முட்கள் இரண்டும்
ஒன்று சேரத்துடிக்கும்
அந்த நேரத்தில்
புதுப்புதுக் கனவுகள்
உடலுக்கு உயிர் தரும்
அந்த நேரத்தில்
இளமையின் புதுமணத்துடன்
ஒரு பறவை போலப் பாடியவாறு
வசந்தம் வந்து
உடல்களில் நடனமிடும்
அந்தநேரத்தில்
செடிகள் மரங்களாகி
பூ, பூத்து
கண்ணிமைக்கும் நேரத்தில்
கனிந்து
காலத்திற்கு முழுதாக
புதிய பொருள் தரும்
அந்த நேரத்தில்
மரத்திலிருந்து பூவைப் பறித்து
தலையில் சூடி
காதலனை நீங்கள் இறுக அணைக்கும்
அந்த நேரத்தில்
வான விருட்சத்தை உலுக்கி
நட்சத்திரங்களின் மினுமினுப்பை
உங்கள் கண்களில் நிரப்பும்
அந்த நேரத்தில்
தவிப்பிற்கும்
துக்கத்திற்கும் அப்பால்
மௌனமாய் எரிந்து
நீலநிறப் பாடல்களைப் பாடும்
நறுமணப் புகை நிறைந்த
அந்த நேரத்தில்
நள்ளிரவில்
எல்லாப் படுக்கையறைகளின்

மொழியும் ஒன்றுதான்
இதுவரை

இது ஒரு அறையின் கதை
இது ஒரு குடிசையின் கதை
இது சாலையோரத்தின் கதை
மனைவியை மார்போடு தழுவுகிறான் கணவன்
தாயின் மார்பை இறுகப்பற்றுகிறது குழந்தை
ஆனால் - இல்லை
இது உண்மை இல்லை
அந்தக் கணத்தில்

வேதனை மட்டுமே உண்மை
துயரத்தின் கதறல் மட்டுமே உண்மை
மரக்குதிரைக்கு இது தெரியும்
ஆனால் வெளியில் சொல்லாது
கடலுக்கும் இது தெரியும்
அலைகளில் ஒளிந்திருக்கும்
இரத்தத்திற்கும் இது தெரியும்

நதிகளின் இனிய நீரை
இழுத்து அணைத்து
உறிஞ்சிக் குடித்து
இராட்சத மலைப்பாம்பாய்
ஊதிக் கிடக்கிறது
உப்புக்கடல்
மக்கள் உயிரோடிருந்தபோது
அவர்களின் தாகத்தைத் தணிக்காத
இந்தக் கடல்
காலத்தை, பூமியை
ஏழைகளின் முகங்களை
மரங்களை, பறவைகளை
உயிரினங்கள் அனைத்தையும்
இருளைப் போர்த்தி
முறுக்கிப் பிழிகிறது.

தண்ணீர்க் கயிறுகளால் நெரிக்கிறது
பாம்பாகக் கொத்துகிறது
அசிங்கமாகச் சிரிக்கிறது
சீறுகிறது
தலைவிரித்தாடுகிறது
நீங்கள் பார்ப்பது
அலைகளல்ல
பிணங்களின் குவியல்
உடல்களிலிருந்து பிடுங்கப்பட்ட
மூச்சின் இழைகள்
நிசப்தம்

உயிர்த்தெழும்
மூர்க்கமான அலைகளின்கீழ்
கோழி முட்டைபோல் நசுக்கப்பட்ட
சூரியனுக்கும் அப்பால்
இடியும் மின்னலும்
கக்கிய நெருப்பில்
கரிந்துபோன
நிலவுக்கும் அப்பால்
சண்டையிடும் நாய்களால், பன்றிகளால்
எலும்பாகிப்போன பசித்த மனிதர்களால்
குதறிக் கிழிக்கப்பட்ட
எச்சிலைப் பருக்கைகள் போல்
சிதறிக் கிடக்கும்
நட்சத்திரங்களுக்கும் அப்பால்
உலகம் முழுவதும்
காடாக வளர்ந்து கிடக்கும்
வேத வாசகங்களுக்கும் அப்பால்
பிரார்த்தனைகளுக்கும் அப்பால்
பகை துரோகங்களுக்கும் அப்பால்
துரோகிகளின் ஆணவச் சிரிப்புக்கும் அப்பால்
கொலைகளுக்கும் அப்பால்
வாழ்க்கையைவிடப் பெரிய
ஒளியைவிடப் பெரிய

வேகத்தை விடப் பெரிய
சப்தத்தை விடப் பெரிய
நிசப்தம்
பிரபஞ்சத்தை ஊடுருவி
பிணத்தின் கண்களில் நிலைகொண்ட
நிசப்தம்

10

கடலே
நான் சிறுவனாய் இருந்த போது
வெள்ளைச் சடை நாயைப் போல
வெள்ளை நுரையுடன்
என் கால்களைச் சுற்றி வந்தது
நினைவிருக்கிறதா உனக்கு?
அலை நாக்குகளால்
என் கால்களை நக்கியபோது
நீ அப்பாவி என்றே நினைத்தேன்
உன் வேதனை நிறைந்த
உறுமலைக் கேட்டேன்
உன்னை வீட்டுக்கு அழைத்துச் சென்று
நண்பனாக்கிக் கொள்ள விரும்பினேன்
ஆம்! கடலுக்கு ஆறுதல் சொல்ல ஆசைப்பட்டேன்.
அலைகளுக்கு விஷப் பற்கள் இருந்தது
எனக்குத் தெரியாது
கத்தியைப் போல கூர்மையானவை
காற்றின் சிறகுகள் என்பதை
நான் கவனிக்கவில்லை
அரசியல் கண்ணீராய்
மாறுமென்று நான் உணரவில்லை

கடல் கொந்தளித்த அந்தக் கணத்தில்
சூரியனும் சந்திரனும்
சாம்பலாகிப் போன அந்தக் கணத்தில்
அனைத்துமே முடிந்து போனது

வானத்தையும், நிலத்தையும்
நம்பிய அனைத்தும்
பிணங்களாய் மாறின

பிரச்சினையே அல்ல
செத்துப் போனவனுக்கு
முகவரி இருக்கிறதா, இல்லையா என்பது
ஒரு பிரச்சினையே அல்ல
ஒரு கவளம் சோற்றுக்கு
வயிற்றைக் கைகளில் ஏந்தி
ஊர் ஊராய்த் திரிந்தவர்களில்
செத்தவர்கள் எத்தனை பேர் என்பது
பிரச்சினையே அல்ல
நூற்றாண்டு காலம் நிழல் தந்த
அரச மரம்
வேரோடு பிடுங்கியெறியப்பட்டது
பிரச்சினையே அல்ல
புயல் காற்றில்
பறவைகள் செத்து வீழ்ந்தது
பிரச்சினையே அல்ல
செடிகளைப் போல
மின் கம்பங்கள் சாய்ந்து கிடப்பது

இருண்ட நீரின் மரண அணைப்பில்
நடுங்கிய உலகின்
ஆதரவற்ற அலறல்
மரணத்தின்
அறியப்படாத தீவுகளையும் எட்டியது
பரிதாபத்துக்குரிய பறவைகளின் சிறகுகள் போல்
கண்ணிமைகள் படபடத்தன
வாளாய் அறுத்த நீர்த்தாரையிலிருந்து
கழுத்தைக் காப்பாற்ற
போராடிய கைகள்
முறிக்கப்பட்டன
மரணத்தின் முன்னால்

தலை தாழ்த்தும்
மனிதர்கள்
விலங்குகள்
பறவைகள்
வாழ வைப்பதாக உறுதி தந்து
மக்களின் தோள்களில் சவாரி செய்த
மனிதர்களின் அலட்சியத்திற்கு
அனைத்துப் பிணங்களும்
எழுந்து நிற்கின்றன
மௌன சாட்சியங்களாய்.

கவலைப்படாதீர்கள்
எலும்புக்கூடுகளுக்கு
பதில் சொல்லத் தேவையில்லை

11

செத்தவனை மீண்டும் கொல்ல முடியுமா?
கடவுள் பிறந்த அந்தநேரத்தில்
உன் விதி உன் தலையில்
எழுதப்பட்டிருக்கிறது என்று
அவர்கள் சொன்ன அந்தநேரத்தில்
மனிதன் செத்தான்
மனிதச் செயலும் ஒழிந்தது
இப்போது ஒருவன்
மற்றவனை எப்படிக் கொல்ல முடியும்?
கடலால் மறுபடியும் எப்படிக் கொல்ல முடியும்?
மரக்குதிரையால் யாரைத்தான் கொல்ல முடியும்?

கவலைப்படாதீர்கள்
மக்களுக்குச் சேவை செய்ய
போட்டி போடும்
அரசியல்வாதிகள் ஏராளம்
பிணங்களைத் தின்னப் போதுமான
காக்கைகள், பருந்துகள்

வல்லூறுகள் இல்லாமல் இருக்கலாம்
இருக்கவே இருக்கிறார்கள் ஒப்பந்ததாரர்கள்
நாட்டுக்கு அவர்கள் சேவை செய்வார்கள்.

கொஞ்சம்கூட கவலைப்பட வேண்டாம்
அனாதைப் பிணங்கள்
கேள்வி கேட்பதில்லை.
வாழ்நாள் முழுவதும்
அதிகாரத்தில் ஊறித் திளைத்தவர்கள்
இறந்தால்
பட்டொளிவீசிப் பறக்கும் தாயின் மணிக்கொடி
சோகத்தாலும், மரியாதையாலும்
தலை தாழ்த்துகிறது.
மக்கள்
உடுத்த உடையில்லாமல்
மண்ணில் வாழ்ந்து
மண்ணுக்கே திரும்பும்போது
அந்தக் கொடி கண்ணீர் சிந்துவதில்லை
காற்றுக்குச் சவால் விட்டு
வானத்தை ஏளனம் செய்து
கம்பீரமாய்ப் பறக்கிறது

சோகப்பாடல் இசைக்கப்படுவதில்லை
காலத்தின் குரல் தழுதழுப்பதில்லை
வரலாற்றின் கண்களில் கண்ணீர் தளும்புவதில்லை
கவலைப்படாதீர்கள்
உயிரோடிருப்பவர்கள் உண்மை பேசுவதில்லை
நிம்மதியாக இருங்கள்
பிணங்கள் பேசுவதில்லை
மனிதன் இறக்கும் போது
மொழி இறக்கிறது
உலகம் இறக்கிறது
கடவுளும் இறந்து போகிறார்
இனியொரு நாள்

இந்தப் பாழ்நிலம் உழப்படும்போது
மண்டையோடு ஒன்று சிரிக்கும்

பயப்படாதீர்கள்
எலும்புக்கூடுகள் கேள்வி கேட்பதில்லை

ஏமாற்றப்படுவதற்காகவே
நீங்கள் பிறக்கிறீர்கள்
ஏமாற்றப்படுவதற்காகவே நீங்கள் வளர்கிறீர்கள்
ஏமாற்றப்படுவதற்காகவே நீங்கள் நேசிக்கிறீர்கள்
ஏமாற்றப்படுவதற்காகவே நீங்கள் நம்புகிறீர்கள்

முடிவில் மட்டுமல்ல
ஒவ்வொரு திருப்பத்திலும்
மரணம் காத்திருக்கிறது
உனக்காக
அறியாமையில்
முட்டாள்தனத்தில்
வாழ்க்கை பற்றிய அச்சத்தில்
இரட்டை வாழ்க்கையில்
தந்திரமான பணிவில்
மரணம் காத்திருக்கிறது
ஒவ்வொரு நிமிடமும்

மரணத்தை வெல்ல
இருக்கவே இருக்கிறது விஞ்ஞானம்
பாதையோரங்களில் நடுவோம்
பிளாஸ்டிக் மரங்களை
பிளாஸ்டிக் கிளைகளில்
பிளாஸ்டிக் பறவைகள்
பிளாஸ்டிக் சோளக் கதிர்களை நட்டு
அமோக விளைச்சல் உருவாக்கிக் காட்டுவோம்
உருவாக்குவோம்
இயந்திர ஆண்களை
இயந்திரப் பெண்களை

ஆடிப்பாடி மகிழ்ச்சியாய் வாழ
அவர்களுக்குச் சாவி கொடுத்து
கடற்கரையில் உலவ விடுவோம்
பிளாஸ்டிக் மாடுகள்
பிளாஸ்டிக் மடிகள்
பிளாஸ்டிக் பாலை
கறந்து குடிப்போம்
வாழ்நாள் முழுவதும்
தாளலயத்துடன்
தோள்களில் சுமப்போம்
மரக்குதிரையை.

12

கடைசி விருந்தின் போது
தன்னைக் காட்டிக்கொடுத்தது யாரென்று
யேசுவுக்குத் தெரியும்
கொலைகாரர்கள் யார் என்று
எனக்குத் தெரியும்
குற்றத்தை நானே ஏற்றுக்கொள்கிறேன்

ஏவுகணைகள் வேண்டாம்
விண்வெளிப் பயணம் வேண்டாம்
விமானங்கள் வேண்டாம்
காலத்தையும் வாழ்வையும் கறைப்படுத்தும்
அரசியல் வேண்டாம்
இரயில்கள் வேண்டாம்
பேருந்துகள் வேண்டாம்
இந்த அவசர நாகரிகமும்
எனக்கு வேண்டாம்

கற்கால யுகத்தின்
கருவிகளை எடுத்துக்கொண்டு
வரலாற்றின் இருண்ட குகைக்குள்
பயணம் போகிறேன்

இந்தப் பிணங்களை
விலங்குகளின் சடலங்களை
எனக்குள்ளேயே
நான் புதைக்கப் போகிறேன்
மரக்குதிரையைச் சாம்பலாக்க
எரிதழலைத் தேடப்போகிறேன்

புதிய கனவுகளால்
புதிய நம்பிக்கைகளால்
புதிய வாழ்க்கையால்
புத்தாடைகளை நெய்வேன்
மறுபடியும்
அவற்றை அணிவிப்பேன்
திசைகளின் நடுவில்
ஆடைகளின்றி
ஆதரவின்றி
தன்னந்தனியாய்த் தவித்துக் கிடக்கும்
மனித உயிர்களுக்கு

---

1. சமஸ்கிருதத்தில் எழுதப்பட்ட தெலுங்கு இலக்கண நூலான ஆந்திர - சப்த - சிந்தாமணியில் இவ்வரி இடம் பெற்றுள்ளது.

2. நவீனத்திற்கு முந்தைய தெலுங்குக் கவிதைகளில் இடம் பெற்றிருக்கும் வெளிப்படையான, ஆபாச வர்ணனைகளையே இவ்வரி சுட்டிக்காட்டுகிறது.

3. பிராவரா என்பவர் காலில் மந்திரத் தைலம் தடவியவுடன் அது உடனடியாக அவரை இமயமலைக்குக் கொண்டு சென்றதாக கிருஷ்ண தேவராயரின் அரசவைக் கவிஞரான பெத்தண்ணா தனது கதையில் எழுதியுள்ளார்.

புயலும் கவிதையும்

(இருபதாண்டுகளுக்குப் பிறகு நங்முனியின் மரக்குதிரை)

- வேல்சேரு நாராயணராவ் -

1977 ஆம் ஆண்டு நவம்பர் 19 ஆம் தேதி நள்ளிரவில் பெரும் புயல் ஒன்று ஆந்திரப்பிரதேசத்தின் கிழக்குக் கடற்கரையோரக் கிராமங்களை நாசம் செய்தது. உறங்கிக் கொண்டிருந்த பல்லாயிரக் கணக்கான மக்களைக் கொன்றது.[1]

எந்த முன்னறிவிப்புமின்றி கண்ணிமைக்கும் நேரத்திற்குள் தங்கள் மகன், மகள், மனைவி, கணவன் என முழுக் குடும்பங்களும் கொல்லப்பட்டதைப் பார்த்த ஆந்திரக் கரையோரப் பகுதி மக்களுக்கு இந்நிகழ்ச்சி பேரதிர்ச்சியைத் தந்தது. இந்தப் பேரழிவிற்குப் பின்னர் வந்த நாட்களில் உணர்ச்சிகரமான தடுமாற்றங்கள், அரசியல் குற்றச் சாட்டுகள், அதிகாரவர்க்கக் குழப்பம், மதவழிப்பட்ட அறிவுரைகள், பெருந்தன்மையான துயர் துடைப்புப் பணிகள் என்பன தொடர்ந்தன. ஒவ்வொருவரும் ஈடுபாட்டோடு சிறப்பான உதவிகளைச் செய்த அதே சமயத்தில் மிகப் பெரும் கருத்து மோதல்களுக்கும் இந்த நிகழ்ச்சி வழிவகுத்தது. அரசியல்வாதிகள் விவாதித்தார்கள். அதிகாரத்திலிருந்த கட்சி மீது பழிசுமத்தினார்கள். அப்போது மத்தியில் ஜனதா கட்சியும், மாநிலத்தில் காங்கிரஸ் கட்சியும் அதிகாரத்தில் இருந்தன. மத்திய அமைச்சர்களும், மாநில அமைச்சர்களும் தில்லியிலும், அய்தராபாத்திலும் இருந்தபடி ஒருவர்மீது ஒருவர் குற்றம் சாட்டிக் கொண்டிருந்த போது, ஆயிரக்கணக்கான பிணங்கள் புதைப்பதற்குப் போதிய வசதியில்லாமல் அழுகி, அப்பகுதி முழுவதுமே நாறிக்கொண்டிருந்தது. இந்தியக் குடியரசுத் தலைவர்

பேரழிவுகளைப் பார்வையிட வந்தபோது நூற்றுக்கணக்கான கட்சித் தொண்டர்கள் கோலாகலமான வரவேற்புத் தருவதில் மும்முரமாக ஈடுபட்டிருந்தனர். ஆனால், சில மைல் தூரம் தள்ளி இறந்த உடல்கள் அப்புறப்படுத்தப்படாமல் படியே கிடந்தன.[2] எவ்வளவு பேர் இறந்தார்கள் என்பது குறித்த விவரம் ஒருவருக்குமே தெரியவில்லை. இறந்தவர்கள் பெயர், எண்ணிக்கை குறித்த உறுதியான தகவல் எதுவுமே இல்லை. இறந்து போன உடல்கள் மட்டுமே குவிந்து கிடந்தன.[3]

இந்தப் பேரழிவு மக்களின் உணர்வுகளை ஆழமாகப் பாதித்தது. சூரியன் எழும் மறையும்; நதிகள் ஓடிக்கொண்டிருக்கும் அப்படியே நிலைத்திருக்கும் என்று நாம் எதிர்பார்க்கிறோம். சாதாரண நாட்களில் எல்லாம் இப்படித்தான் நிகழ்கிறது. நாமும் அப்படியே ஏற்றுக்கொள்கிறோம். இந்த ஒத்திசைவு தகரும்போது நமக்கும், இயற்கைக்கும் இடையிலான தொடர்புகள் சிக்கலான மாறுகின்றன. இயற்கைச் சீரழிவுகள் நம்மை அழிக்கும்போது. வாழ்க்கை என்பது இயற்கையின் ஒரு பகுதிதான் என்ற விழிப்புணர்ச்சியை அவை நம்மிடம் ஏற்படுத்துகின்றன. நம் கட்டுப்பாட்டிற்குள் இருப்பதாக நாம் முட்டாள்தனமாக நம்பிக்கொண்டிருக்கும் இயற்கைச் சக்திகளின் முன்னால் நாம் நிர்க்கதியாக நிற்கும் போது பண்பாடு அதன் பொருளை இழந்து விடுகிறது. பேரழிவுகள் மக்களை நாசம் செய்கின்றன; ஆனால், மனிதநேய உணர்விற்கு அவை உயிரூட்டுகின்றன.

II

நகமுனி (நிர்வாணத்துறவி) என்பது மனப்பள்ளி ஹிரிஷி கேசவராவ் என்ற இளம் கவிஞனின் புனைப்பெயராகும். இதைப் போன்ற புனைப்பெயர்களை வைத்துக்கொண்ட வேறு சில கவிஞர்களோடு இணைந்து தெலுங்குக் கவிதையில் ஒரு புதிய இயக்கத்தை இவர் தொடங்கி வைத்தார். தங்களை திகம்பரக் கவிகள் (நிர்வாணக் கவிஞர்கள்) என்று அவர்கள் அழைத்துக் கொண்டார்கள். தெலுங்குக் கவிதை வாசகர்களின் மனங்களை அவர்கள் பற்றி உலுக்கினார்கள்.[4] பெரும்பாலான கவிஞர்களைத் தந்த நடுத்தரவர்க்கத் தின் குழப்பமான அணுகுமுறைகள் அறுபதுகளின் தொடக்கத்தில் கவிதை உலகை ஆதிக்கம் செலுத்தி வந்தன. காலாவதியாகிப் போன இலக்கியக் கால கட்டங்களைச் சேர்ந்த கற்பனைகள் அப்போது ஆதிக்கத்தில் இருந்தன.

காலத்தின் போக்கோடு எந்தவிதத்திலும் தொடர்பில்லாத பாணிகளில் கவிஞர்கள் எழுதிக் கொண்டிருந்தார்கள். நவீனக் கவிதை என்ற போர்வையின் கீழ் அலுப்புத் தந்த உணர்ச்சிக் கூறுகளும் தேங்கிப் போயிருந்த கற்பனைகளுமே வலம் வந்து கொண்டிருந்தன. பாலுணர்ச்சிக் கருக்களைக் கொண்ட நவீனத்திற்கு முந்தைய பிரபந்தங்களும், புனைவியலான காதலைப் பெருமைப் படுத்திப் பேசிய தொடக்ககால உணர்ச்சிக் கவிதைகளும் கற்பனையுணர்ச்சியில்லாமல் மீண்டும், மீண்டும் எழுதப்பட்டு வந்தன. பழைய சொல் நடையும், பழம் கற்பனைகளும் அவர்களின் கவித்துவத்தின் வறட்சிக்குக் காரணமாக இருந்தன. காலப் பொருத்தமற்ற சூழல், உண்மையான கவிதைகளின் மதிப்பை அழித்தது. புதிய நுண்ணுணர்வுகளைக் காட்டிலும் பழக்கதோஷமே அவர்களின் இலக்கியப் படைப்புகளை ஆதிக்கம் செலுத்தி வந்தது. 1930களில் முதன்முதலாக சிறீசிறீயால் வெளிப்படுத்தப்பட்டதும், மார்க்சியக் கருத்தியலின் தாக்கத்திற்குட்பட்டிருந்ததுமான மிகச் சமீபத்திய அபிஉதய கவிதை இயக்கமும்கூட (1945) தன் வீரியத்தை இழந்திருந்தது. இந்த இயக்கத்தின் பல கவிஞர்கள் தங்கள் ஆற்றலை இழந்திருந்ததுதான் இதற்குக் காரணமாகும்.

நிறுவனமயப்பட்ட இரு போக்குகள் இலக்கியத்தில் ஏற்பட்ட இத்தேக்கநிலையைத் தீவிரமாக வெளிப்படுத்தின. ஒரு காலத்தில் அபிஉதய கவிதை இயக்கத்தில் முன்னணியில் இருந்த கவிஞர்களில் பல பேரைத் தெலுங்குத் திரைப்பட உலகம் ஈர்த்தது ஒரு புறம். இந்த இயக்கத்தின் மாபெரும் தலைவராயிருந்த சிறீசிறீகூட திரைப்படங்களுக்குப் பாடல்கள் எழுதத் தொடங்கினார். புதிதாக உருவாக்கப்பட்ட ஆந்திரப்பிரதேச அரசாங்கத்தால் 1957இல் நிறுவப்பட்ட ஆந்திரப் பிரதேச சாகித்ய அகாடமியானது அபிஉதய கவிதை இயக்கத்தை எதிர்த்து வந்த மரபுக்கவிஞர்களை தன் குடையின்கீழ் கொண்டு வந்தது மறுபுறம். மரபான மதிப்பீடுகளின் புகழ்பெற்ற ஆதரவாளராக இருந்த விஸ்வநாத சத்யநாராயணா ஆந்திரப்பிரதேச சாகித்ய அகாடமியின் உதவித் தலைவராக நியமிக்கப்பட்டார்.

தங்கள் திறமைகளைப் பயன்படுத்திக் கவிஞர்கள் பணம் சம்பாதிப்பதற்குத் திரைப்பட உலகம், சாகித்ய அகாடமி ஆகிய இரண்டுமே வாய்ப்பை ஏற்படுத்தித் தந்தன. கவிதை நூல்களை வெளியிடுவது ஆதாயம் தராத ஒரு சூழலில் இந்த வாய்ப்பு

நிச்சயமாக உதவிகரமாக இருந்தது. ஆனால், இலக்கியச் சூழலின்மீது நவீனப் புரவலர் முறையின் தாக்கம் நிச்சயமாக பயனுள்ளதாக இல்லை. அகாடமியின் தோற்றத்தோடு ஜமீன்தார் வகைப்பட்ட இலக்கியப் புரவலர் பாணி மறுபடியும் உருவாகத் தொடங்கியது. ஏதேனும் ஒரு அமைச்சருக்கு புத்தகங்கள் சடங்குத்தனமாக அர்ப்பணிக்கப்பட்டன. பாட்டுடைத் தலைவனாகவும், கவிதையின் நாயகனாகவும் பகட்டான அலங்கார வார்த்தைகளால் புரவலர் வர்ணிக்கப்பட்டார். புரவலருக்கு மணம் முடித்துத் தரப்பட்ட கன்னிப்பெண்ணாக கவிதை கருதப்பட்டது. நவீன காலத்திற்கு முந்தைய கவிதைப்பாணி இப்படித்தான் இருந்தது. பதினாறாம் நூற்றாண்டைச் சேர்ந்த கிருஷ்ண தேவராயர், பதினேழாம் நூற்றாண்டைச் சேர்ந்த ரகுநாத நாயக்கர் போன்ற கீர்த்தி வாய்ந்த அரசவம்சத்தைச் சேர்ந்த புரவலர்களோடு ஒப்பிடும்போது கலை, இலக்கிய விஷயங்களைக் காட்டிலும் சூழ்ச்சி, சதித்திட்டங்களில் மிக மிகத் தேர்ச்சி பெற்றிருந்த அரசியல்வாதிகளான இந்த நவீனப் புரவலர்கள் போலிகளாகவும், பாசாங்குப் பேர்வழிகளாகவும் இருந்தார்கள். கடந்த காலங்களைச் சேர்ந்த புகழ்பெற்ற புரவலர்களைப் பாராட்டப் பயன்படுத்திய அதே அலங்கார வார்த்தைகளை நவீனப் புரவலர்களுக்கும் பயன்படுத்தியபோது அவை உள்ளீடற்றும், போலித்தனமாகவும் ஒலித்தது.

திரைப்படத் தொழிலோ வேறொரு எதிர்நிலைக்குச் சென்றிருந்தது. இது கவிஞனுக்கு உரிய மரியாதை தராமல் தன் கவிதைகளை விற்பனை செய்யும் ஒரு வியாபாரியாக அவனைத் தரம் தாழ்த்தி தன் திறமையை எந்தளவிற்குப் பணமாக மாற்ற முடிகிற அந்தளவிற்கு அத்தொழிலில் கவிஞனின் அந்தஸ்து பொருளுடையதாகக் கருதப்பட்டது. கவிதையின் ஒவ்வொரு பக்கத்தையும் பணமாக மாற்றும் திறமையில்லாதவர்கள் வணிகத் திரைப்பட உலகிற்குப் பொருத்தமற்றவர்களாகக் கருதப்பட்டார்கள். கவிதையின் மீதான ஈடுபாடு, நேர்மை, வேட்கை, தாகம் போன்ற சமீபத்தியப் புனைவியல் இயக்கத்தின் முக்கிய அடையாளங்களும், சமகால மார்க்சிய இயக்கத்தின் கோட்பாடுகளான புரட்சி, சமூக உணர்வு, நவீனத்துவம் போன்றவையும் தூக்கியெறியப்பட்டன. தேவையைப் பூர்த்தி செய்கின்ற திரைப்படக் கவிஞன் மட்டுமே, திரைப்படக் காட்சிகளுக்காகப் பாடல் எழுதும் கவிஞன் மட்டுமே, இயக்குநர் அல்லது தயாரிப்பாளரின் மோசமான ரசனைக்கேற்பப் பாடல்

எழுதும் கவிஞன் மட்டுமே வெற்றிகரமான கவிஞனாக நிற்க முடிந்தது.

மத்தியகாலப் பாணியை ஊக்குவித்த அகாடமியின் தாக்கம் ஒருபுறம், வணிகத் திரைப்படத் தொழில் மறுபுறம்; கூருணர்ச்சி கொண்ட கவிஞனால் இந்த இரண்டையுமே சகித்துக்கொள்ள முடியவில்லை. இந்த இரு நிறுவனங்களும் இலக்கிய உலகைச் சீரழித்ததாலும், அதை ஊனப்படுத்தியதாலும் கூருணர்ச்சி கொண்ட கவிஞனுக்கு மூச்சுத் திணறும் நிலை ஏற்பட்டது. பிரபல கவிஞர்கள் பலரும் இப்போக்குகளில் ஏதேனும் ஒன்றுடன் ஒட்டிக் கொண்டதால், இளம் கவிஞன் வளர்ச்சியடைவதற்கான முன்மாதிரியோ, உத்வேகமோ, சூழலோ இல்லாமல் போய்விட்டது.

திகம்பரக்கவிகள் ஒரு கலகக் குழுவாகத் தோற்றம் பெற்றபோது நிலவிய சூழல் இதுதான். தங்கள் முதல் கவிதைத் தொகுதியை 1965 ஆம் ஆண்டு மே மாதம் நள்ளிரவில் அய்தராபாத்தில் ரிக்சாத் தொழிலாளி மூலம் இவர்கள் வெளியிட்டார்கள். இதைத் தொடர்ந்து 1966 ஆம் ஆண்டு விஜயவாடாவில் ஒரு உணவுவிடுதி ஊழியர் மூலம் இரண்டாவது தொகுதியை வெளியிட்டார்கள். 1968 ஆம் ஆண்டு விசாகப்பட்டினத்தில் பாலியல் தொழிலாளி மூலம் மூன்றாவது தொகுதியை வெளியிட்டார்கள். முக்கியப் பிரமுகரின் பங்கேற்பு, மாலை மரியாதை, புகைப்படங்களுக்கு போஸ் தருவது, கவிஞனின் புகழ்பாடும் வழக்கமான உளறல்கள், அதற்குக் கைமாறாகக கவிஞனின் அருவறுப்புத் தரும் பேச்சுகள், இறுதியாக நடைபெறும் நன்றியறிவிப்பு போன்ற ஆரவாரங்களையே பார்த்துப் பழகிப் போனவர்களுக்கு திகம்பரக் கவிகள் தங்கள் புத்தகங்களை வெளியிட்ட முறைகளின் மூலம் வெளிப்படுத்திய அடையாள எதிர்ப்பு தெளிவாகப் புரிந்தது. திகம்பரக் கவிகளின் தொகுதிகளை வெளி யிட்ட ரிக்சா தொழிலாளி, உணவுவிடுதி ஊழியர், பாலியல் தொழிலாளி போன்றவர்கள் சமூகத்தின் அடிமட்டத்தைப் பிரதிநிதித்துவப்படுத்துபவர்களாக இருந்தார்கள். திரைப்படத்தொழிலின் வணிகச் சுமைகளைத் தன் முதுகில் சுமந்த கவிஞனின் அடையாளமாக ரிக்சா தொழிலாளி இருந்தார். அமைச்சர்களை முகத்துதி செய்து வந்த அகாடமி கவிஞனின் அடையாளமாகப் பாலியல் தொழிலாளி இருந்தார். புரவலர்களால் பாதுகாக்கப்பட்டு வந்த கவிஞர்களின்

குறியீடுகள் இவர்கள். இந்தக் காலகட்டத்தில்தான், கிருஷ்ணா மாவட்டம், கன்சிகாசிரியா கிராமத்தைச் சேர்ந்த நிலப்பிரபுக்கள் திருட்டுக் குற்றத்திற்காகத் தீண்டத்தகாத சாதியைச் சேர்ந்த ஒரு இளைஞனை உயிரோடு கொளுத்தி விட்டார்கள். திகம்பரக்கவிகள் தங்கள் மூன்றாவது தொகுதியை அந்தத் தீண்டத்தகாத சாதி இளைஞனுக்கு அர்ப்பணித்திருந்தார்கள்.

தங்கள் புத்தகங்களை வெளியிட்ட முறை, அவை அர்ப்பணிப்பு செய்யப்பட்ட விதம் போன்ற அடையாளங்களால் ஏற்பட்ட அதிர்ச்சியைக் காட்டிலும் முதலிரண்டு கவிதைத் தொகுதிகளில் பயன்படுத்தப்பட்ட மொழிநடை தெலுங்கு வாசகர்களை மிகவும் அதிர்ச்சிக்குள்ளாக்கியது. முக்கியமாக மூன்றாவது கவிதைத் தொகுதி மிகவும் அதிர்ச்சியூட்டுவதாக இருந்தது. ஆபாசமான கற்பனைகளும், அசிங்கமான வார்த்தைகளும் கொண்ட மொழிநடை, மரியாதைக்குரிய நடுத்தரவர்க்க வாசகர்களைக் காயப்படுத்தியது. மென்மையான பரிசுத்த வாசகர்கள் அதிர்ச்சிக்குள்ளானார்கள். ஆபாசக் காட்சிகளால் அரண்டுபோன பத்திரிகைகளும், விமர்சகர்களும், வாசகர்களும் திகம்பரக்கவிகளைக் கண்டனம் செய்தார்கள். ஒப்பீட்டளவில், தாராளவாதிகளாகவும், முற்போக்குவாதிகளாகவும் இருந்த விமர்சகர்களும் கூட அவர்களை அருவறுப்பானவர்கள் என்று பழிசுமத்தினார்கள். மூத்த கவிஞன் சிறீசிறீ மட்டுமே இதற்கு விதிவிலக்காக இருந்தார். அவர் திகம்பரக்கவிகளை ஆதரித்தார். அவர் ஆதரவு தந்த செல்வாக்கினால் தெலுங்குக் கவிதை உலகில் ஒரு உற்சாகம் பிறந்தது. திகம்பரக் கவிகளின் ஆதரவாளர்கள், எதிர்ப்பாளர்களுக்கிடையே மோதல் நடைபெற்றது.

திகம்பரக் கவிகளின் தொகுதிகள் வெளியானதற்குப் பின்வந்த ஆண்டுகள் தெலுங்கு இலக்கிய வரலாற்றில் மாறுதலின் காலகட்டமாக இருந்தது. அடுத்தடுத்து முக்கிய மாற்றங்கள் நடந்தன. மாவோயிசப் புரட்சிகரச் சிந்தனையின் தாக்கத்திற்குட்பட்ட போர்க் குணம் கொண்ட அரசியல் இயக்கம் ஆந்திராவில் தீவிரமாகச் செயல்பட்டு வந்த காலம் அது, மலைவாழ் மக்களும், சிறீகாகுள மாவட்ட விவசாயிகளும் போலீசாரோடு ஒரு கொரில்லா யுத்தத்தில் ஈடுபட்டார்கள். கலைக்கழகங்கள், கல்லூரிகளிலிருந்து நூற்றுக்கணக்கான வாசகர்களை அந்தப் புரட்சிகர இயக்கம் ஈர்த்தது. ஏராளமான வாசகர்களைக் கவர்வதற்கான உணர்ச்சிகரச் சூழல் கனிந்திருந்தது. கவிஞன் மக்களுக்காகவே எழுதவேண்டும், கவிதை என்பது

அடித்தட்டு மக்களுக்கும் புரியும்படி இருக்கவேண்டும் என்ற மார்க்சியக் கருத்துகள் இளைஞர்கள் மத்தியில் செல்வாக்குப் பெற்றது. கவிஞன் தன்னை வர்க்கப் போரில் ஈடுபடுத்திக் கொள்ள வேண்டும், முதலாளிக்கும், தொழிலாளிக்கும் இடையிலான போராட்டத்தைப் பிரதிநிதித்துவம் செய்யவேண்டும் என்று மார்க்சிய விமர்சகர்கள் வலியுறுத்தி வந்தார்கள். ஆளும் வர்க்கத்தை வன்முறை மூலம் தூக்கியெறிய வேண்டிய அவசியத்தைப் பிரதிபலிக்காத கவிதையை மார்க்சிய வாதிகள் கவிதையாகவே ஏற்றுக்கொள்ளவில்லை.

திகம்பரக் கவிகள் இரு முகாம்களாகப் பிரிந்தார்கள். ஒரு பிரிவு தீவிர மார்க்சியத்தை ஏற்றுக்கொண்டது. நாட்டுப்புற இசைவடிவத்தைப் பயன்படுத்தியது. மற்றொருபிரிவு நவீனத்துவ எழுத்து நடையைத் தேர்ந்தெடுத்தது. நகமுனியை உள்ளடக்கியிருந்த மார்க்சியவாதிகள் அபிஉதய ராகயித்தலா சங்கத்தைச் சேர்ந்த (முற்போக்கு எழுத்தாளர் சங்கம்) ஒத்த சிந்தனை கொண்ட உறுப்பினர்களோடு சேர்ந்து புரட்சிகர எழுத்தாளர் சங்கம் என்ற ஒரு புதிய அமைப்பைத் தொடங்கினார்கள். வி.ர.ச.ம் என்று இது பிரபலமாக அழைக்கப்பட்டது. சிறீசிறீ அதன் தலைவராக இருந்தார். சிறீ சிறீயின் கவர்ச்சிகரமான ஆளுமையும், புரட்சிகரச் செய்தியின் புனைவியலான அறை கூவலும் ஒன்று சேர்ந்து இளைஞர்கள் மத்தியில் குறிப்பாக மாணவர்கள் மத்தியில் கவிதைமீது ஒரு மாபெரும் உற்சாகத்தை ஏற்படுத்தியது. வரலாற்றில் முதன்முறையாகத் தெலுங்குப் பத்திரிகைகளும், மாத, வார இதழ்களும் முதல் பக்கத்தில் கவிதை குறித்து விவாதித்தன. புதினங்களின் விற்பனையைக் காட்டிலும் கவிதைகளின் விற்பனை அதிகமாக இருந்தது. ஏறத்தாழ அய்ந்தாண்டுகள் புரட்சிகர எழுத்தாளர்கள் ஆதிக்கம் செலுத்தி வந்தார்கள். நிறுவனமயப்பட்ட இலக்கியப் போக்குகள் பின்னுக்குத் தள்ளப்பட்டன.

புரட்சிகர எழுத்தாளர் சங்கத்தோடு நகமுனியின் தொடர்பு நீண்ட காலம் நீடிக்கவில்லை. நகமுனியின் நவீனத்துவக் கவிதைப் பாணியை அங்கீகரிக்க இயலாத அளவிற்கு வி.ர.ச.ம் முன்வைத்த மார்க்சிய இலக்கியக் கோட்பாடு வறட்டுத்தனமாக இருந்தது. நகமுனியின் தனிமனிதத்துவத் தத்துவப் பார்வையையும், புரட்சிகரக் கருத்தியலில் அவர் கொண்டிருந்த ஈடுபாடின்மையையும் விமர்சித்து புரட்சிகர

எழுத்தாளர் சங்கத்தில் கடுமையான விமர்சனங்கள் எழுந்தன. குற்றச்சாட்டுகள், எதிர் – குற்றச்சாட்டுகள் என சில காலம் கழிந்த பின்னால் நகமுனி சங்கத்திலிருந்து விலகினார். அவர் தொடர்ந்து வெளியிட்டு வந்த கவிதைகளைப் பார்த்தபோது அவர் குரல் எந்தவொரு கவிதை இயக்கத்திலும் ஒன்றிணையாது என்ற விஷயம் தெளிவாகத் தெரிந்தது. இப்போது பின்னோக்கிப் பார்க்கும்போது அவருக்கும், மற்ற திகம்பரக் கவிஞர்களுக்குமிடையே மிகச் சிறிய அளவே ஒற்றுமை நிலவிவந்த விஷயம் மிகத் தெளிவாகத் தெரிகிறது.

III

புயல்சேதத்திற்குப் பின்னால் அவர் எழுதிய மரக்குதிரை என்ற நெடுங்கவிதை உடனடியாகப் பிரசுரிக்கப்பட்டபோது (1977) தெலுங்கு வாசகர்களின் கவனத்தைக் கவரவில்லை. நகமுனியின் கவித்துவ எதிர்வினை மீது கவனம் செலுத்தமுடியாத அளவிற்கு நாடு அப்போது புயலால் ஏற்பட்ட பேரழிவினால் பாதிக்கப்பட்டிருந்தது. ஒரு வார இதழில்[6] இக்கவிதை வெளியானதற்குப் பின்னால், அகில இந்திய வானொலியில் இது ஒலிபரப்பட்ட போது இதன் இலக்கிய அந்தஸ்து அறியப்படவில்லை. இக்கவிதை, முதன் முதலில் வெளியான இரண்டு ஆண்டுகளுக்குப் பிறகு 1979 ஆம் ஆண்டு[7] ஒரு தனிநூலாக வெளியிடப்பட்ட போதுதான் இது கவனத்தைப் பெற்றது. அப்போதும் கூட, சேகரி ராமராவ் இந்தக் கவிதையை ஒரு நவீன மகாகாவியமாக வர்ணித்ததையொட்டி எழுந்த முரண்பட்ட விவாதங்கள்தான் இந்த கவனத்திற்குக் காரணமாக இருந்தது.

மகாகாவியம் என்றால் பொதுவாக மாபெரும் கவிதை என்றே புரியப்பட்டிருந்தது. மகா என்ற சொல் மரபுரீதியாகவே மிகப்பெரும் கவித்துவம் வாய்ந்த கவிதையைக் குறிக்கவே பயன்படுத்தப்பட்டு வந்தது. பண்டையச் சமஸ்கிருதக் கவிஞர்களான காளிதாசர், பாஷர் பவபூதி போன்றோர் மகாகவிகளாக மதிப்பிடப்பட்டு வந்தார்கள். தெலுங்கில் நன்னய்யா, திக்கண்ணா, எர்ரபுரகதா ஆகியோர் எழுதிய மகாபாரதமும், சிறீநாதர், பெத்தண்ணா, பொட்டண்ணா ஆகியோரின் படைப்புகளும் மகாகாவியங்களாக மதிக்கப்பட்டு வந்தன. இலக்கிய விமர்சகர்களால் பாரபட்சமின்றி மகாகாவியங்கள் என்றழைக்கப்பட்ட மற்ற படைப்புகள்

பழங்காலத்தைச் சேர்ந்தவையாக இருந்தவரையிலும் பெரும் பிரச்னை எதுவும் தோன்றிவிடவில்லை. கவிதைகளைப் புரிந்து கொள்ள அடையாள முத்திரைகளை முக்கிய வழிகாட்டியாகக் கொண்டிருந்த பல வாசகர்களால் ஒரு நவீன இளம் கவிஞனின் படைப்பு மகாகாவியம் என்ற நிலைக்கு உயர்த்தப்பட்டதை ஏற்றுக் கொள்ள முடியவில்லை.

மகாகாவியத்தை எழுதியவர் மகாகவிஞராகவே இருக்கமுடியும் என்று கருதப்பட்டது. கவிதை உயர்வாக மதிக்கப்பட்டு வந்த ஒரு கலாச்சாரத்தில், கவிஞன் உயரிய அந்தஸ்து பெற்றிருந்த ஒரு பசசாரத்தில் மகாகவிஞர் என்ற அந்தஸ்தை யாருக்கு வழங்குவது என்பதில் தீவிரமான கட்டுப்பாடுகள் பின்பற்றப்பட்டன. சமகால இலக்கிய மதிப்பீடுகளில் தவிர்க்கமுடியாமல் அரசியல் மற்றும் தனிநபர் கலந்தே இருக்கின்றன. சமகாலக் கவிஞனுக்கு என்று பட்டம் தருவதை அக்கவிஞனின் ஆர்வலர்களைத் தவிர மற்றவர்கள் யாருமே ஒப்புக்கொள்ள மாட்டார்கள். மகாகவிஞன் என்பவன் பழங்காலத்தைச் சேர்ந்தவனாகத்தான் இருப்பான் என்பதே பொதுவான கருத்தாக இருந்து வருகிறது. கால வித்தியாசம் தரும் பாதுகாப்பு பொறாமைக்கு இடமளிக்காததோடு பல தலைமுறைகளைச் சேர்ந்த வாசகர்களிடம் கவிஞனைப் பற்றி ஒரு புறவயமான மதிப்பீடு உருவாவதற்குக் காரணமாக இருக்கிறது. தங்கள் எதிரிகளாலும் கூட மகாகவிஞர் என்று பொதுவாக மதிக்கப்பட்ட விஸ்வநாத சத்ய நாராயனா, சிறீசிறீ போன்ற கவிஞர்கள் விஷயத்தில் நடந்தது போல, சில நேரங்களில், ஒரு சில சமகாலக் கவிஞர்கள் தங்கள் முதுமைக் காலத்தில் மகாகவிஞர் என்ற அந்தஸ்தைப் பெறுவதும் உண்டு. கால வித்தியாசம், முதிர்ந்த வயது போன்ற பாதுகாப்புகளைப் பெற முடியாத அளவிற்கு நகமுனி பெரும்பாலான கவிஞர்கள் மற்றும் விமர்சகர்களின் வயதையொத்தவராகவே இருந்தார்.

இலக்கிய விவாதங்கள் உரிய பிரச்னைகளை மட்டும் பேசுவதோடு நின்று விடுவதில்லை. விவாதிக்கப்படும் பிரச்னையோடு தனிநபர் ஆளுமைகளும் பிரிக்க முடியாதபடி இரண்டறக் கலந்து விடுவதால், விவாதம் திசை திருப்பப்படுகிறது. பத்திரிகைகளிலும் இதழ்களிலும் பலமாதங்களாக நடந்த சூடான விவாதத்தில் பெருமளவு கவனத்தை ஈர்த்த விஷயமாக இருந்தது, மரக்குதிரை ஒரு காவியமா, இல்லையா என்ற பிரச்னைதான்.

மரக்குதிரை வெளியானதைத் தொடர்ந்து வெடித்த விவாதச் சூழலில் அக்கவிதையோ அல்லது அதன் முன்னுரையோ ஆழமாக வாசிக்கப்படவில்லை. சமகாலத் தெலுங்கு வசன – கவிதை வளர்ச்சிடைந்த சூழலில் வைத்து மகாகாவியம் என்ற சொல்லைப் பயன்படுத்தி அக்கவிதையை மதிப்பிட ராமராவ் முயற்சித்திருப்பது அவரது கட்டுரையைக் கவனமாகப் படித்தால் தெளிவாகப் புரியும். நீண்ட கவிதையை ஒரு தனிச் செய்யுள் வடிவமாகப் பிரித்துக் காட்டவே மரபான சமஸ்கிருத அலங்கார – சாஸ்திர நூல்களில் மகாகாவியம் என்ற சொல் பயன்படுத்தப்பட்டிருக்கிறது. சிலசமயங்களில் கவிதையின் தரத்திற்கும் இதற்கும் எந்தத் தொடர்பும் இருப்பதில்லை. நாவலை, சிறுகதையிலிருந்தும் நாடகத்தை, ஓரங்க நாடகத் திலிருந்தும் பிரித்துக் காட்டுவதைப் போலத்தான் இதுவும். உரைநடை இலக்கியத்தை நாவல் என்றும், சிறுகதை என்றும் பிரிப்பதன் மூலம் தரத்தில் ஒன்றைவிட ஒன்று குறைந்து விடுவதில்லை. புதுக்கவிதைகளில் மரக்குதிரை ஒரு மகாகாவியம் (நீண்டகவிதை) என்று காட்டவே ராமராவ் முயற்சித்திருந்தார். அவர் கருத்துப்படி, தெலுங்கில் இவ்வகைக் கவிதைகளில் இதுதான் முதற்படைப்பு,

புதுக்கவிதை என்பது தெலுங்கில் ஒரு புதிய வடிவமாகும். நவீன உணர்ச்சிகளை வெளிப்படுத்துவதற்குப் பொருத்தமற்றதாகக் கருதப்பட்டதும் நெகிழ்விற்கு இடம்தராத வகையில் கறாராக வரையறுக்கப்பட்டிருந்ததுமான மரபு வடிவங்களுக்குச் சவால்விடும் வகையில் 1930களில் சிறீசிறீயாலும், நாராயண பாபுவாலும் பயன்படுத்தப்பட்ட பிறகுதான் இந்த வடிவம் பிரபலம் பெறத் தொடங்கியது. பல இளம்கவிஞர்கள் மத்தியில் வெகுவிரைவில் இந்தப் புதிய வடிவம் பிரபலம் பெறத் தொடங்கியது. இந்த வடிவத்தை கருணர்ச்சியோடும், லாவகத்தோடும் திறமையாகக் கையாண்டவர்கள் ஒரு சிலரே. அதில் நகமுனியும் ஒருவர். கவிதைக்கு இலக்கணம் அவசியம் என்று வாதிட்ட மரபுவாதிகளுக்கும், இலக்கணம் படைப்பாற்றலைக் கொன்று விடுகிறது என்று வாதிட்ட நவீனத்துவவாதிகளுக்குமிடையில் நடந்த பல ஆண்டு கால விவாதத்திற்குப் பிறகு இறுதியாக புதுக்கவிதை அங்கீகாரம் பெற்றது.

இருப்பினும், நவீன விமர்சகர்கள் இன்னமும் புதுக்கவிதை குறித்து உறுதியான கருத்து இல்லாதவர்களாகவும், அதன்

இலக்கிய வடிவம் குறித்து சரியான புரிதல் இல்லாதவர்களாகவும் இருந்தார்கள். முக்கியமாக இலக்கிய விமர்சன வரையறைக்குட்பட்டு புதுக்கவிதையை மதிப்பிடுவதற்கான ஆற்றல் இல்லாதவர்களாக இருந்தார்கள். மரபுரீதியான அலங்காரக் கோட்பாட்டாளர்களை பழைமைவாதிகள் பொருத்தமற்றவர்கள் என்று ஒதுக்குவது நவீனத் தெலுங்கு இலக்கிய விமர்சகர்களின் கருத்தியல் நிலைப்பாடாக இருந்தது. இருப்பினும், இலக்கிய விமர்சனத்தைப் பொருத்தவரையிலும் சில மரபுரீதியான வகையினங்கள் பயன்படக்கூடியவை என்று சில நவீன விமர்சகர்கள் கருதினார்கள். அலங்கார இலக்கியப் பிரதிகள் காலம் கடந்தவை, நவீனக் கவிதைக்குப் பொருத்தமற்றவை என்று ஒதுக்கித் தள்ளிய சில விமர்சகர்கள்கூட தங்கள் விமர்சனத்தில் தன்னுணர்வற்று அந்த மரபுச்சிந்தனையின் தாக்கத்திற்கு உட்பட்டிருந்ததைக் காண முடிந்தது. ராமராவ் தன் விமர்சனத்தில் தண்டியையோ அல்லது அலங்காரச் சிந்தனைப் பள்ளியைச் சேர்ந்த மற்றவர்களையோ குறிப்பிடவில்லை என்றபோதிலும், புதுக்கவிதைகளில் மகாகாவியங்களை அடையாளம் காட்ட அவர் செய்த முயற்சியில் அலங்காரச் சிந்தனையாளர்களின் தாக்கம் மிகத் தெளிவாகத் தெரிந்தது.

அத்தோடு, ராமராவ் ஒரு புதிய இலக்கிய வடிவை மட்டுமே வகைப்படுத்தவில்லை. நகமுனியைப் புகழ்ந்தும், வியந்தும் பாராட்டிய குரல் ஒன்று அவரிடமிருந்து வெளிப்பட்டது. அவருடைய முன்னுரையின் இறுதியில் மகாகாவியம் என்ற சொல்லின் பொருள் நீண்ட கவிதை என்பதிலிருந்து மகத்தான கவிதை என்பதாக மாறுகிறது. கவிஞனை மகாகவி என்று அழைக்காமல் மிகவும் கவனமாகக் கவிதையை மட்டும் ராமராவ் மகாகாவியம் என்று அழைத்தபோதிலும் அக்கட்டுரையின் ஆரவாரமான தொனி இந்த நுட்பத்தைப் பாழ்படுத்தி விட்டது.

இருப்பினும், ராமராவ் நவீன மகாகாவியம் குறித்து ஒரு சுவையான விளக்கத்தைத் தந்தார். அவர் வார்த்தையில் சொல்வதானால்,

கச்சிதமான நீளமும், ஒரு பெரும் கருவும், குறிப்பான தத்துவமும், செய்தியும், பல உணர்ச்சிக்கூறுகளும், நேர்த்தியும் கொண்டிருக்கும் ஒரு கவிதை மகாகாவியம் என்றழைக்கப்படும்.

புதுக்கவிதை என்ற பொதுவான வகைப்பாட்டிற்குள் நீண்ட கவிதைகளை ஆய்வு செய்வதற்கு இந்த விளக்கம் பயன்பட்டிருக்க

வேண்டும். இருப்பினும், நவீனத் தெலுங்குக் கவிதைளில் மரக்குதிரை தான் முதல் மகாகாவியம் என்ற ராமராவின் கூற்று பிரச்னையைத் திசைதிருப்பிவிட்டது. முழுக்க, முழுக்க ஒரு வகைப்படுத்தலுக்கான அடையாளமாகத்தான் மகாகாவியம் என்ற சொல்லைப் பயன்படுத்துவதாக அவர் தெளிவாக அறிவித்திருந்தால், குழப்பத்தை அவரால் தவிர்த்திருக்க முடியும். அனைத்திற்கும் மேலாக, மரக்குதிரையை ஒரு மார்க்சியக் கவிதையாக முன்னிறுத்த அவர் செய்த கெடுவாய்ப்பான முயற்சிகள் அவருடைய இலக்கிய விவாதத்தின் ஆழத்தைக் குறைத்து விட்டது.

மற்ற இடங்களைச் சேர்ந்த மார்க்சியவாதிகளைப் போலவே, ஆந்திர மார்க்சிய விமர்சகர்களும், வடிவம் குறித்த இலக்கிய ஆய்வில் பெரும் அக்கறை எதுவும் காட்டவில்லை. ராமராவ் தன் ஆய்வில் அலங்கார – சாஸ்திரத்தின் கருத்தாக்கங்களைப் பயன்படுத்தியிருந்ததை அவர்கள் கவனிக்கத் தவறவில்லை. “நிலப்பிரபுத்துவ” அலங்கார மரபை எந்த வகையிலும் புதுப்பிக்க அவர்கள் கருத்தியல்ரீதியாகக் கடும் எதிர்ப்புக் காட்டினார்கள். ஆகவே, பழைய கருத்துக்களுக்கு ராமராவ் அடிபணிந்து போனதை அவர்கள் கண்டித்தார்கள்.

நகமுனியின் கவிதை ஒரு முற்போக்குப் படைப்பு என்று ராமராவ் விளக்கம் தந்ததும், வர்க்கப்போர் என்ற மார்க்சியச் செய்தி அக்கவிதையில் இருப்பதாக அவர் வாசிப்புச் செய்ததும்தான் மார்க்சிய விமர்சகர்களின் எதிர்ப்பிற்கு முக்கியக் காரணமாயிருந்தது. செரபண்ட ராஜு போன்ற மார்க்சிய எழுத்தாளர்களைத் தீவிரமாக ஆதரித்து வந்ததன் மூலம் ராமராவ் ஒரு முற்போக்கு இலக்கிய விமர்சகராக உருவாகியிருந்தார். இப்போது, நகமுனியின் கவிதையானது சமூக அமைப்பிற்கு எதிராக ஏழைகளைப் புரட்சி செய்ய அறைகூவல் தரும் ஒரு படைப்பு என்று சொல்லவரும் போது ராமராவ் பின்வருமாறு விவரிக்கிறார்:

1977, நவம்பர், *19* ஆம் தேதி ஏற்பட்ட பேரழிவின் கொடுமைகளுக்கான காரணம் குறித்த ஒரு ஆழமான ஆய்வும், (புயலால் மக்கள் கொல்லப்படுவதற்குக் காரணமாயிருந்த அரசியல்) அமைப்பிற்கு எதிராக மக்களைத் தூண்டுவதும்தான் மரக்குதிரையின் நோக்கம் ஆகும்..... ஒவ்வொரு ஆண்டும் வெள்ளப்பெருக்கும், புயலும் ஏற்படுகிறது. அதற்கு ஏழைமக்கள்

பலியாகிறார்கள். மரக்குதிரையின் மீது சவாரி செய்யும் அரசாங்கங்களோ இதன்மீது அக்கறை காட்டுவதில்லை. லஞ்சம் தரும் ஒப்பந்தக்காரர்களின் ஆதரவு அவர்களுக்கிருக்கிறது. தேர்தல்கள் என்ற சடங்கும் வழக்கம்போல நடக்கிறது. மரக்குதிரையை எரிப்பதுதான் ஒரே ஒரு தீர்வு. இந்த மகாகாவியத்தின் செய்தி இதுதான்.

திரிபுரணேனி மதுசூதனராவ் என்ற மார்க்சிய விமர்சகர் ராமராவின் கருத்துக்கு உடனடியாகப் பதில் தந்தார்: "1977 புயலில் ஆதவற்ற ஏழைமக்கள் மட்டுமல்ல, நிலப்பிரபுக்களும், பணக்காரர்களும்கூட இறந்து போனார்கள். புயல்களுக்கு வர்க்க உணர்வு இல்லை. அதைப் போலவே நகமுனியிடமும் வர்க்க உணர்வு இல்லை."

மார்க்சியவாதிகள், ராமராவின் விவாதத்தை ஒப்புக்கொள்ளத் தயாராயில்லை என்பது தெளிவு.

IV

இக்கவிதை வெளியாகி இருபது ஆண்டுகள் ஆனபின்பும், இதன் மீதான விவாதம் ஏறத்தாழ முழுமையாக மறக்கப்பட்ட பின்பும்கூட, தீர்க்கப்படாத அவசரத்தோடும், மனதைத் தொல்லை செய்யும் தொனியோடும் இன்னமும் இக்கவிதை பேசிக் கொண்டு தான் இருக்கிறது.

கவிஞரின் தகுதியுடனும், அவர் பெற்ற கவனிப்புடனும், தொடர்புடைய சமூக – இலக்கியப் பிரச்னைகளை விட்டு விடுவோம். கவிதை என்ன சொல்கிறது என்பதற்கு முக்கியம் தராமல், தன் விருப்பங்களைக் கவிதை சொல்கிறதா என்பதற்கு முக்கியத்துவம் தரும் இலக்கியக் கோட்பாட்டாளர்களின் கரிசனங்களையும் நாம் விட்டுவிடுவோம். இந்தக் கவிதை முதன் முதல் வெளியான போது இருந்த தீவிரமான அரசியல் சூழல் கடந்து விட்டதைச் சாதகமாகக் கொண்டு மீண்டுமொருமுறை இக்கவிதையை நாம் புதிதாக வாசிக்கத் தொடங்குவோம்.

இக்கவிதையைப் படிக்கும் ஒருவர் இதில் பல செய்திகள் பரவிக் கிடப்பதைப் பார்க்கலாம். ஒரே ஒரு செய்தி மட்டுமே முக்கியப் பிரச்னையாக முன்நிற்கிறது. இயற்கைக்கும், பண் பாட்டிற்கும் இடையிலான முரண்பாடுதான் அது. இதனுடன் தொடர்பு கொண்ட எதிர்நிலைகள்: பொய் X உண்மை,

தொழில் நுட்பம் X பண்டையச் சக்திகள், மரணம் X வாழ்க்கை. பொய்மையின் தோற்றங்களை அம்பலப்படுத்துவதோடு இக்கவிதை தொடங்குகிறது. தத்துவம் (போலி நம்பிக்கையின் சொல்லாடல்கள்) அறநெறிகள் (ஒழுக்க நெறிகள் மீதான பேருரைகள்) கவிதை (பெண்களின் அழகைப் பாடுபவை) ஆகிய அனைத்தும் பொய், பிணக்குவியலின் மௌன இருப்பு (மரணம்) இந்தப் பொய்யை அம்பலப்படுத்துகிறது. உண்மைக்கும், பொய்மைக்கும் இடையிலான மோதல், அதிகார வர்க்கத்திற்கும், மக்களுக்கும் இடையிலான மோதலாகவும், தொழில் நுட்பத்திற்கும், வாழ்க்கையின் உயிர்த்துடிப்பிற்கும் இடையிலான மோதலாகவும் மாற்றம் பெறுகிறது.

அதேநேரத்தில், இந்த மோதல் கவிதையின் மொழிநடையிலும் விரிகிறது. மௌனத்திற்கும், பேச்சுக்கும் இடையிலான முரண் பாட்டில்தான் கவிதை பொதிந்திருக்கிறது. பேசுவதற்கான ஒவ்வொரு முயற்சியும் கவிதையைப் பொய்யாக்குகிறது. அதேநேரத்தில் பேசாமல் இருப்பதற்கான முயற்சியோ கவிதையைப் படைப்பதேயில்லை. ஒரு கொலையாளியாக இருக்கும் கவிஞன் ஒரு படைப்பாளியாகவும் இருப்பது தவிர்க்க இயலாதது. இதன்படி, உண்மையைப் பேச முயற்சிக்கும்போது அவன் பொய்யனாகி விடுகிறான். மனிதவாழ்வே பண்பாட்டிற்கும், இயற்கைக்குமான நிரந்தர மோதலை உள்ளடக்கியதாக இருக்கிறது. வாழ்வதற்காக மனிதன் இயற்கையைக் கட்டுப்படுத்த வேண்டியிருக்கிறது; அதேநேரத்தில் இயற்கையின் ஒரு பகுதியாகவும் அவன் இருக்க வேண்டியிருக்கிறது. இந்த முரண்பாடுதான் மனிதகுலத்தை உருவாக்குகிறது. இதே முரண்பாட்டினால் மனிதகுலத்தை அழிக்கவும் முடியும். இந்தத் தவிர்க்க இயலாத மோதலின் மீதுதான், மனித இனத்தின் இந்தப் பிரச்னைப்பாட்டின் மீதுதான் கவிதையின் கவனம் குவிகிறது. அலட்சியமும், ஒடுக்குமுறையும் கொண்ட அரசாங்கங்களுக்கு எதிரான சமகால அரசியல் விமர்சனமும் இதே அளவிற்குக் கவிதையின் முக்கிய அம்சமாக இருக்கிறது. சிலநேரங்களில் இவ்விமர்சனமே கவிதையின் மையப்பொருளாக மாறிவிடுகிறது. தத்துவம், தொழில் நுட்பம், சமூக, அரசியல் நிறுவனங்கள் ஆகிய அனைத்தும் தங்கள் பயன்பாட்டு எல்லையை மீறி அசுரத்தனமாக வளர்ந்து நம் அன்றாட வாழ்க்கையைச் சீர்குலைக்கும் போது கவிதையின் இந்த விமர்சனத் தொனி நம் மனதைத் தொடுவதாக இருக்கும்.

மறுவாசிப்பிற்கு இக்கவிதை எவ்வளவு தூரம் அனுமதிக்கிறது என்பதைப் பொறுத்தது இது. தனித்தன்மையான படிமங்கள், குரல்கள், மௌனங்கள், பெருமூச்சுகள் ஆகியவற்றுடன் ஒரு புதிய கவிதை தொடங்குகிறது. பல தளங்களில் நிகழும் துயரம், விரக்தி, கோபம், மகிழ்ச்சி, கையறுநிலை, கனவுகள் என ஒரு புதிய கவிதை தொடங்குகிறது. உணர்ச்சிகளும், படிமங்களும் சிதறித் தோன்றும் பல வண்ணக் காட்சி இக்கவிதை. கற்பனைகள் அவற்றின் தொடர்பை இழக்கும் போது தறிகெட்டு ஓடுகின்றன. இணக்கத்திற்கும், ஒழுங்குகிற்கும் எதிரான திடீர்க்கலகத்தால் ஏற்பட்ட ஆழமான பாதிப்பின் எதிர்வினையாகத் தோன்றும் எண்ணற்ற உணர்வுகள் நிறைந்த மனம் இக்கவிதை, சொற்களுக்கு இனி எந்தப் பொருளும் இல்லை. அரசியல், சமூகம், அறநெறி, தத்துவம் ஆகிய நிலைபாடுகளை கவிதை இலக்கிய ரீதியாகப் பயன்படுத்திக் கொள்கிறது என்ற விமர்சனத்தை இப்போது நம்மால் பார்க்கவும் முடிகிறது, கேட்கவும் முடிகிறது. ஒரு கருத்தை இலக்கியரீதியாகப் பயன்படுத்திக் கொள்வதுதான் கவிதை என்ற தவறை நாம் தவிர்த்துவிட்டால் பின்வரும் விஷயத்தை நம்மால் காணமுடியும்.

அர்த்தத்திலிருந்து விலகிய ஒரு குரலில் தத்துவம் ஒலிக்கப்படுவதைக் கேட்க முடியும்.

எளியவன்
செல்வத்தைப் படைக்கிறான்
வலுத்தவன் அதை விழுங்கி
வறுமையைப் பரப்புகிறான்

அனைவரும் நன்கு அறிந்த உண்மைகள் அவற்றின் உள்ளீடற்ற சொற்கள் மாற்றப்படாமலேயே மீண்டும் நிறுவப்படுகிறது.

நீங்கள் துறப்பது
உங்கள் குடும்பத்தையல்ல
உங்களைத்தான்

விரக்தியான மனநிலையில்தான் தத்துவங்கள் குறித்துப் பேசப்படுகிறது. (காரணம் வேண்டுமா/காரல் மார்க்சைக் கேளுங்கள்) இறுதியாக, குழந்தைத்தனமான ஒரு தீர்வு முன்வைக்கப்படுகிறது.

கவித்துவச் சொல் அலங்காரங்களை ஒப்புக்கொள்வது என்ற பழக்கத்தின் அடிப்படையில் படித்தோமானால், தீவிரமான, சமூக அர்த்தங்களின் மூலம் இந்தச் சொற்களின் பொருளை மூடி மறைக்க கவிதை இடமளிக்கிறது. இருப்பினும், அலட்சியமாக எழுதப்பட்டது போலத் தோன்றும் வரிகளில் மறைந்திருக்கும் பொருளை கவனமான இரண்டாம் வாசிப்பில்தான் நம்மால் உணர முடியும். கொலைகாரர்கள் யார் என்று / எனக்குத் தெரியும் / இப்போதைக்கு நான் குற்றம் சாட்டுவது /கடலை மட்டுமே என்று இக்கவிதை மீண்டும், மீண்டும் சொல்கிறது. அரசியல்வாதிகள், ஒப்பந்தக்காரர்கள், செல்வந்தர்கள், கவிஞர்கள் ஆகியோர் மீது கடுமையான விமர்சனங்கள் முன்வைக்கப் பட்டபோதிலும், குற்றவாளிகளின் மீது குற்றம் சுமத்துவது கவிதையின் நோக்கமல்ல. உண்மையில் சொல்லப்போனால், காலம், நாட்காட்டியிலுள்ள தேதிகள், கடல், நாகரீகம் என பட்டியல் நீள்கிறது. திடீரென பாலியல், காமவெறி, நள்ளிரவுப் படுக்கையறைகளின் இரகசியம் போன்ற விஷயங்களைக் கவிதை பேசுகிறது. வாழ்க்கையின் உண்மையான மொழி உடனடியாக வேதனையின் மொழியால், மரணத்தின் மொழியால் நிலைமறுக்கப்படுகிறது.

இந்த உணர்ச்சிகளின் கலப்பு பல்வேறு பழைய நினைவுகளின் எச்சங்களோடு வெளிவருகிறது. ஆசுவாசமும், புனைவியலும் ஒரு கிராமத்தின் பழைய சித்திரம் நம்மிடம் பொய்யான நிம்மதியை வழங்குகிறது,

ஒரு காலத்தில்
இங்கே ஒரு கிராமல் இருந்தது
ஒரு காலத்தில்
இந்த நிலத்திலும், காற்றிலும், வானத்திலும்
மனிதர்கள் நிறைந்திருந்தார்கள்.
அவர்களின் பாடல்களை, சிரிப்புகளை
ஏக்கப் பெருமூச்சுக்களை
ஆறுதல் வார்த்தைகளை
நீங்கள் பார்த்திருக்கலாம்.
காற்றில் மிதக்கும்
இலைகளின் பசுமை
பழங்களைக் கொத்தி விளையாடும்

பறவைகளின் கூட்டம்
இரகசியக் குரலில்
காதல் மொழி பேசும்

கவிஞனின் குழந்தைப் பருவத்து கடலைப்பற்றிய நினைவுகளும் கூட வெளிப்படுகிறது.

கடலே
நான் சிறுவனாய் இருந்தபோது
வெள்ளைச் சடை நாயைப் போல
வெள்ளை நுரையுடன்
என் கால்களைச் சுற்றி வந்தது
நினைவிருக்கிறதா உனக்கு?

கடல் ஏற்படுத்திய அவலம் குறித்து கவிஞன் உணரும்போது, இந்தப் பழைய நினைவுகள் உடனடியாக உள்ளொடுங்கி விடுகின்றன. ஆமாம், கடலுக்கு ஆறுதல் சொல்ல நான் ஆசைப்பட்டேன் – என்ற உறுதிமொழியாக வெளிப்படுகிறது. குழந்தைப்பருவ நினைவுகள் மறைந்துவிடுகின்றன. மற்ற அனைத்துத் தெய்வங்களும் தோல்வியடைந்த பிறகு மனிதகுலத்தின் மீது பரிவும், அன்பும் காட்டும் ஒரே மூலாதாரங்களாக யேசு, புத்தர் படிமங்கள் கவிதையில் இடையிடையே தோன்றுகின்றன.

சமூக – எதிர்ப்பு, அரசியல் விமர்சனம், தத்துவ அறிவிப்புகள், பழைய நினைவுகள், வேதனைப் பெருமூச்சுக்கள் ஆகியவற்றின் மேலெழுந்தவாரியான அர்த்தங்களை ஒன்றையொன்று நிராகரித்த பிறகும் கவிதை தனித்து நிற்கிறது. இதுவரை அறியப்படாத விதத்தில் நாகரிகம் கவிதையின் அர்த்தத்தைப் புறக்கணித்து விடுகிறது. இதனால் ஏற்பட்ட அர்த்த இழப்பு பற்றிய உணர்வு மட்டுமே இறுதியில் மிஞ்சுகிறது. அழிந்துபோன அனைத்தையும் பற்றிய மௌன சாட்சியாகக் கடல் மட்டுமே மிஞ்சியிருப்பதுபோல, கவிதையில் எங்கும் பரவியிருப்பது முழுமையான அர்த்தமின்மைதான்.

கவிதை உன்னதமான நம்பிக்கையோடு முடிவடைகிறது அல்லது அப்படித் தோன்றுகிறது.

கற்கால யுகத்தின்
கருவிகளை எடுத்துக் கொண்டு
வரலாற்றின் இருண்ட குகைக்குள்
பயணம் போகிறேன்.
இந்தப் பிணங்களை
விலங்குகளின் சடலங்களை
எனக்குள்ளேயே
நான் புதைக்கப் போகிறேன்.
மரக்குதிரையைச் சாம்பலாக்க
எரிதழைலைத் தேடப் போகிறேன்.

புதிய கனவுகளால்
புதிய நம்பிக்கைகளால்
புதிய வாழ்க்கையால்
புத்தாடைகளை நெய்வேன்.
மறுபடியும்
அவற்றை அணிவிப்பேன்
திசைகளின் நடுவில்
ஆடைகளின்றி
ஆதரவின்றி
தன்னந்தனியாகத் தவித்துக் கிடக்கும்
மனித உயிர்களுக்கு.

கவிதையின் இப்பகுதியை மறுபடியும் வாசிப்போம். குடும்ப உறுப்பினர் ஒருவரின் திடீர் மரணம் காரணமாக ஒரு குடும்பம் அதிர்ச்சியில் உறைந்திருக்கும்போது, அவர்களுடன் நீங்கள் இருந்தால், உங்களை நெகிழவைக்கும் பலநூறு சோகக் குரல்களின் இடையீடுகளுக்குப் பிறகு, கடவுளிடம் சென்று இறந்துபோன பாட்டியை திரும்ப அழைத்து வருவதாகச் சொல்லும் ஒரு குழந்தையின் குரல் உங்கள் காதில் விழுந்தால் அது உங்களுக்குத் தரும் உணர்வையே கவிதையின் இந்தப் பகுதியும் உங்களுக்குத் தரும்.

புலம்பல், சோகம் என அனைத்திற்கும் பின்னால், திடீரென குழந்தையின் வார்த்தைகள் அனைவரின் முகங்களிலும் நெகிழ்வை ஏற்படுத்துகிறது. இது ஒரு இடைவேளைதான், இதுவே முடிவல்ல.

புதுக்கவிதை என்ற வகையில் இக்கவிதையின் வடிவத்தை பரிசீலிப்போம். எல்லாப் புதுக்கவிதைகளும் ஒன்று போல இருப்பதில்லை. இந்தப் புதுக்கவிதையை நீங்கள் உரக்க வாசிக்க வேண்டும்; ஆனால், உங்களுக்குள். இதன் குரல்கள் உரக்க ஒலிக்க வேண்டும்; ஆனால், உங்கள் மனதின் ஆழத்தில். அப்போதுதான் சொற்களின் அடியாழத்திலிருந்து அதன் பொருள் கிளம்பி வந்து உங்களைப் பாதித்து தொல்லைப்படுத்தும். கவிதையின் பல அர்த்தங்கள் ஒன்றிணைந்து நினைவின் ஒலியை உங்கள் மனதில் தடயங்களாக விட்டுச் செல்லும். பல்வேறு தொனிகளிலும், விதங்களிலும் நீங்கள் வாசிக்க, வாசிக்க உங்கள் குரலும் மாறுகிறது. ஒரு குழுவாக அமர்ந்து இதை வாசியுங்கள். அப்போது பிரதியின் பொதுவான அர்த்தங்களுக்குப் பின்னால் அதன் உள்ளார்ந்த பொருள் மறைந்திருக்கும்.

இக்கவிதை ஒரு புயலைப் பற்றியதல்லவா? ஊழலாலும், சுய நலத்தாலும் மக்களைக் காக்கும் திறனற்றுப் போன உணர்ச்சியிழந்த ஒரு அரசாங்கத்தைப் பற்றியதல்லவா? இக்கவிதை செயலுக்கான அறைகூவல் அல்லவா? ஒடுக்கிவரும் அரசியல் அமைப்பைப் புரட்சி கரமான வழியில் ஒழிக்கக் கோரும் அறைகூவல் அல்லவா? பழக்கத்தின் காரணமாக கவிதையின் "அர்த்தத்தை" தேடுபவர்களுக்கு மேற்சொன்ன விஷயங்களெல்லாம் கவிதை வாசிப்பில் புரியும். ஒரே ஒரு வகையான கவிதையை மட்டுமே கேட்க முடிகின்ற மரக்காது இருக்கும் வரையில், மரக்குதிரையும் இருக்கத்தானே செய்யும்?

கவிதை வெளியாகி இருபதாண்டுகள் நிலவிய நீண்ட அமைதியைத் தொடர்ந்து ஏற்பட்ட தீவிரமான கருத்து மோதல்களுக்குப் பின்பும் கூட, முன்னரே தீர்மானிக்கப்பட்ட இலக்கணத்தின் அடிப்படையில் மட்டுமே கவிதையை அங்கீகரிக்கும் நிறுவனங்களுக்கு எதிராக மரக்குதிரை ஒரு மௌன சாட்சியமாக நிற்கிறது. கவிதை மீது ஒரு வகைப்பட்ட வெகுசன அங்கீகாரத்தை வழங்குவதில் நாட்டமின்றி கவிதையை, கவிதையாகவே வாசிக்கும் பெயர் தெரியாத வாசகர்களின் உணர்வுகளுக்கும் இக்கவிதை ஒரு மௌன சாட்சியாக இருக்கிறது.

இது ஒரு மகாகாவியம்தானா? இதுவும் ஒரு கேள்வியா?

குறிப்புகள்:

1. பேரழிவையும், அதற்குப் பின்னர் நடந்த சம்பவங்களையும் தெரிந்து கொள்ள ஸ்டீபன் பி. கோஹன், சி.பி. ராகவலு ஆகியோர் எழுதிய 1977 இல் வீசிய ஆந்திரப்புயல்: மக்கள் மரணத்திற்கு தனிநபர்களும், நிறுவனங்களும் தந்த எதிர்வினைகள் (புதுதில்லி, விகாஸ் பப்ளிசிங் ஹவுஸ், 1979) என்ற நூலைப் பார்க்க.

2. புயல் பற்றிய செய்திகளைப் பிரசுரித்த டைம்ஸ் (லண்டன்) பத்திரிகை (நவம்பர், 25, 1977) பின்வருமாறு எழுதியிருந்தது: நேற்று குடியரசுத் தலைவர் விஜயவாடா வந்திருந்தபோது உள்ளூர் அரசியல் தலைவர்கள் அவருக்குத் தந்த வரவேற்பு பொருத்தமற்றதாகவும் வருத்தம் தருவதாகவும் இருந்தது, நிவாரணப் பணிகள் நத்தை வேகத்தில் நடந்துகொண்டிருக்கும்போது கண்ணைக் கூசவைக்கும் தூய்மையான கதராடை உடுத்திய அறுபது அல்லது எழுபது அரசியல்வாதிகள் விமானநிலையத்தில் கூடியிருந்தார்கள். இரண்டு மணி நேரத்திற்கும் மேலாகக் காத்திருந்தும் குடியரசுத் தலைவருடன் கைகுலுக்கும் வாய்ப்பு சுமார் பத்துப் பேருக்குத்தான் கிடைத்தது. இதில் பெரும்பாலானோர் புயல் பாதித்த பகுதிகளிலிருந்து வந்தவர்கள். இந்தக் காட்சியைப் பார்க்கும் ஒருவருக்கு இதற்குப் பதிலாக அவர்கள் ரப்பர் செருப்புகள் அணிந்தபடி ஜீப்புகளில் சென்று நிராதரவான ஏழை மக்களுக்குச் சிறிது பரிவு காட்டியிருக்கலாம் என்று தோன்றும்.

3. இறந்து போனவர்களின் எண்ணிக்கை பத்தாயிரத்திலிருந்து, இருபதாயிரம் வரை இருக்கலாம் என்று நிபுணர்களே மதிப்பிட்டிருந்தார்கள்.

4. திகம்பரக் கவிகளின் மூன்று தொகுதிகளும் பின்னால் ஒரே நூலாக வெளிவந்தது. நகமுனி, நிகிலேஷ்வரர், ஜுவாலமுகி, செரபண்டராஜு, பைரவய்யா, மகாஸ்வப்னா திகம்பரகவிலு; முது கவிதா ஸங்கலநலா ஏக்கைஹாஸம்புகி, சென்னை, எம். சேஷாசலம் – கம்பெனி.

5. கவிதையில் வெளிப்பட்ட கோபம் நியுயார்க் டைம்ஸ் கவனத்தையும் கவர்ந்திருந்தது. நியுயார்க் டைம்ஸில் (ஆகஸ்ட் 26, 1974) வெளியான இலக்கியத்தில் இந்திய அடித்தட்டு மக்கள் வெடித்து நுழைகிறார்கள் என்ற கட்டுரையைப் பார்க்கவும்.

6. கவிதை வெளியான வார இதழின் பெயர்: **பிரஜாதாந்திரா** சனவரி 1, 1978 தேதிய இதழில் கவிதை பிரசுரமாகி யிருந்தது.

7. நகமுனி, கொய்ய குரம், அய்தராபாத் சிருஷ்டி பிரகுரணா 1979 (தேர்ந்தெடுக்கப்பட்ட மதிப்புரைகள் விமர்சனக் கட்டுரைகளோடு இக்கவிதையின் இரண்டாம் பதிப்பு 1999 இல் வெளிவந்தது). இங்கே காட்டப்பட்டுள்ள மேற்கோள்கள் முதல் பதிப்பிலிருந்து எடுக்கப்பட்டவை.

8. புதுக்கவிதைகளிடையே மகாகாவியத்தை வேறுபடுத்திப் பார்க்க ராமராவ் செய்த முயற்சி அலங்கார – சாஸ்திரத்தின் மரபுரீதியான வடிவவாதத்தைப் பின்பற்றியதாக இருந்தது. மகாகாவியத்தை வரையறுப்பதற்கான முதல் முயற்சி எட்டாம் நூற்றாண்டில் தண்டி அவர்களால் காவிய தரிசனம் நூலில் மேற்கொள்ளப்பட்டது. அவர் கருத்துப்படி, மகாகாவியம் என்பது பல்வேறு சரக்கங்களையும், பதினெட்டு விதமான வர்ணனைகளையும் உள்ளடக்கியதாகும். அவை பின்வருமாறு: நகரம், கடல், மலை, பருவ காலங்கள், சந்திரோதயம், சூரியோதயம், பூங்காக்களில் நடக்கும் இன்ப விளையாட்டு, நீர் விளையாட்டுகள், மது அருந்துதல், காமம், காதலர் பிரிவு, திருமணம், குழந்தை பிறப்பு, இராஜதந்திரம், சூதாட்டம், பயணம், யுத்தம், நாயகனின் வெற்றி ஆகியன குறித்த வர்ணனைகள் (காவிய தரிசனம், 1.14–19). தெலுங்குக் கவிஞர்கள் மீதும், ஆந்திர இலக்கியக் கோட்பாளர்கள் மீதும் தண்டியின் ஆழமான செல்வாக்கைப் பார்க்க முடியும். பதினான்காம் நூற்றாண்டின் போது, வித்யா நாதா என்பவர் தண்டியின் வரையறுப்பை சொல்லுக்குச் சொல் மீண்டும் அப்படியே நிறுவியிருந்தார். கவிதை அழகியல் குறித்து பின்னால் வெளிவந்த தெலுங்கு நூல்களுக்கு இவர் எழுதிய

பிரதாபருத்ர யசோபூஷண என்ற நூலே வழிகாட்டியாக இருந்தது. மகாகாவியம் குறித்து புகழ்பெற்ற அப்பாகவி (பதினேழாம் நூற்றாண்டு) முன்வைத்த வரையறுப்பானது, நவீனத்துவவாதிகள் அப்பாகவியின் நிலையை மறுத்த இருபதாம் நூற்றாண்டு தொடக்கம் வரையிலும்கூட செல்வாக்குப் பெற்றிருந்தது.

9. சேகுரி ராமராவ் "கொய்ய குரம் அத்குனிகா மகாகாவியம்" நகமுனியின் நூல்.

10. இந்தக் கவிதையை ஒரு அரசியல் கருத்தாக்கமாக முன் வைப்பதற்கான முயற்சி நகமுனியிடமே இருந்திருக்கும் போலத் தோன்றுகிறது. "1977, நவம்பர் 19 ஆம் தேதியன்று கடலில் உருவாகிய நீர்வாள்களால் கொல்லப்பட்ட எண்ணற்ற அப்பாவி ஏழைகளுக்கு" தன் கவிதையை அர்ப்பணம் செய்திருந்தார். "இம்மக்கள் இந்த அரசியல் அமைப்பின் மீது நம்பிக்கை வைத்திருந்தார்கள். தங்களுக்கு உணவும், உடையும் தரும் சமதர்மத்தை நோக்கி இது அழைத்துச் செல்லும் என்று எதிர்பார்த்தார்கள். இந்த மரக்குதிரைக்கு அவர்கள் ஊழியம் செய்தார்கள். அடிமைகளாக வாழ்ந்தார்கள். மரக்குதிரையின் குளம்புகளுக்கடியில் நசுங்கிச் செத்தார்கள்." நகமுனி மேற்சொன்ன நூல். பக்:1.

11. 1980, ஏப்ரல் 8 ஆம் தேதியன்று திரிபுரரேணி மதுசூதனராவ் அவர்கள் தனிப்பட்ட முறையில் ராமராவுக்கு எழுதியிருந்த கடிதத்தில் இந்தக் கருத்து குறிப்பிடப்பட்டுள்ளது. இதைப் போன்ற கருத்துக்கள் வெளிப்படையாகவும் முன்வைக்கப்பட்டிருந்தது. தனக்கு தனிப்பட்ட முறையில் எழுதப்பட்ட கடிதங்களை எனக்குத் தந்துதவிய ராமராவுக்கு என் நன்றிகள்.

Courtesy: Indian Literature (No: 196) Mar & Apr, 2000.

குறிப்பு:

இந்த நீண்ட கவிதை திரு. ஜீவன் அவர்களாலும் மொழியாக்கம் செய்யப் பட்டுள்ளது. (நந்தினி பதிப்பகம், மதுரை, 2001) ஆர்வமுள்ள வாசகர்கள் ஒப்பிட்டுப் படிக்கலாம்.

குறிப்புகள்:

1. **பீடி தெரேஷ் பாபு:** – *(பி. ஆ. 1963)* நிஷானி, இந்து மகா சமுத்திரம், அல்பபீடானம் ஆகிய மூன்று கவிதைத் தொகுதிகளை எழுதியுள்ளார். சிறு கதைகளும் எழுதி வருகிறார். ஆகாசவாணியில் (அய்தராபாத்) செய்தி ஒலி பரப்பாளராகப் பணியாற்றி வருகிறார்.

2. **காஜா:** – *(பி. ஆ. 1969)* கவிஞராக அறிமுகமான இவர் "பட்வா", "ஷாரட்", "ஜிகாத்" போன்ற கவிதைகள் மூலம் பிரபலமானார். சிறீ பொட்டி சிறீராமுலு தெலுங்கு பல்கலைக்கழகத்தில் ஆய்வாளராக பணிபுரிந்து வருகிறார்.

3. **ஷாராஜு:** – *(பி. ஆ. 1954)* நிபாடயம், டிஷா, ஒக தாடி கீதம் ஆகிய மூன்று கவிதைத் தொகுதிகளை வெளி யிட்டுள்ளார். ஃப்ரி வெர்ஸ் ஃபிரண்ட் விருதையும், CI-NA-RE கவிதை புரஷ்காரம் விருதையும் பெற்றுள்ளார். சிறீ சிறீயின் கவிதைகளால் கவரப்பட்டவர். கே. சிவாரெட்டி தனக்கு கவிதையின் அடிப்படைகளை கற்றுத் தந்ததாக இவர் சொல்கிறார்.

4. **மகி ஜாபீன்:** – *(பி. ஆ. 1961)* சமூகவியலாளராகப் பணியாற்றி வருகிறார். குழந்தைகள் நலனுக்காக "பீனிக்ஸ்" என்ற அமைப்பைத் தொடங்கியுள்ளார். அய்தராபாத்தின் பழைய நகரப் பகுதியில் வசித்து வந்த முஸ்லீம் பெண்களின் வாழ்க்கைத் தரத்தை மேம்படுத்தியதற்காக Training Development Scholership – இன் விருது பெற்றவர்.

5. **சிகாமணி:** – *(கே. சஞ்சீவ ராவ்) (பி.ஆ. 1956)* மூவல சேத்தி கர்ரா, காருகாலி, சிலக்கொய்யா ஆகிய மூன்று கவிதைத் தொகுதிகளை வெளியிட்டுள்ளார். பட்டாபி குறித்த ஆய்வுக்காக முனைவர் பட்டம் பெற்றுள்ளார். சிறீபொட்டி சிறீராமுலு தெலுங்கு பல்கலைக்கழகத்தில் உதவிப் பேராசிரியராகப் பணியாற்றி வருகிறார்.

6. **மாத்தூரி நாகேஷ் பாபு:** – *(பி. ஆ. 1964)* அய்ந்து கவிதைத் தொகுதிகளை வெளியிட்டுள்ளார். பாபட்லாவில் உதவி வட்டாட்சியராகப் பணியாற்றி வருகிறார்.

7. **கதீர் பாபு:** – *(பி. ஆ. 1972)* ஆந்திர ஜோதி பத்திரிகையில் நிருபராகப் பணியாற்றி வருகிறார். "கரீம்பாய்," "நூர்ஷாஷ்மி," "ஜவாப்" போன்ற கவிதைகளில் முஸ்லீம்களின் வாழ்க்கையைப் பதிவு செய்ய முயற்சித்துள்ளார். முஸ்லீம்களின் வறுமை, வேதனை, அவர்கள் மீதான பெரும்பான்மையினரின் சுரண்டல் போன்ற விஷயங்களை விவரித்துள்ள இவர், பிரச்னைகளை எதிர்த்துப் போராட ஆலோசனை களையும் முன்வைத்திருக்கிறார். சிறுகதைகளும் எழுது வருகிறார்.

8. **அப்ஸர்:** – *(பி. ஆ. 1964)* புகழ்பெற்ற கவிஞர், விமர்சகர். "நவீனத் தெலுங்குக் கவிதையின் வளர்ச்சி" என்ற தலைப்பில் ஆய்வு செய்து முனைவர் பட்டம் வாங்கியுள்ளார். இரண்டு கவிதைத் தொகுதிகளை வெளியிட்டுள்ளார்.

9. **ஜே. கௌதம்:** – *(பி. ஆ. 1971)* தற்போது தலித், பகுஜன் அரசியல் இயக்கங்களில் பணியாற்றி வருகிறார். "பகுஜன் மகாபோதி" என்ற மாத இதழில் ஆசிரியராகப் பணியாற்றி வருகிறார்.

10. **ஜூலுரு கௌரிசங்கர்:** – *(பி. ஆ. 1963)* பல கவிதைத் தொகுதிகளை வெளியிட்டுள்ளார். ஒரு கட்டுரைத் தொகுதியையும் வெளியிட்டுள்ளார்.

11. **ஜெயபிரபா:** – *(பி. ஆ. 1957)* பல கவிதைத் தொகுதிகளையும் ஒரு விமர்சன நூலையும் வெளியிட்டுள்ளார். சிறு கதைகளும் எழுதி வருகிறார்.

கே. சத்யவதியுடம் இணைந்து லோகிதா என்ற பெண்ணிய மாத இதழை நடத்தி வருகிறார்.

12. **செல்லப்பள்ளி சொரூபராணி:** – *(பி. ஆ. 1972)* அய்தராபாத் பல்கலைக்கழகத்தில், வட்டாரவியல் ஆய்வு மையத்தில் ஆய்வாளராகப் பணியாற்றி வருகிறார். தலித் பெண்கள் குறித்து கவிதைகளும், சிறுகதைகளும் வெளியிட்டுள்ளார்.

13. **மஸ்டார்ஜீ:** – *(பி. ஆ. 1952)* முதுகலைப் பட்டதாரி. எல்.எல்.பியும் படித்துள்ளார். தலித் கலா மண்டல் என்ற அமைப்பின் நிறுவனர். தலித் கீதலு, மூலவாசலு பாட்டுலு என பல கவிதைத் தொகுதிகளை வெளியிட்டுள்ளார். பாரததேசமலு மூலவாசலு விதேசிலு என்ற ஆய்வுக் கட்டுரைக்காக எம்.பில். பட்டம் பெற்றவர்.

14. **எம். ஏ. காதர் மொஹியுத்தீன்:** – *(பி. ஆ. 1955)* நிருபராக பல ஆண்டு காலம் பணியாற்றியவர். தெலுங்குத் திரைப்படங்களுக்கு கதைகள் எழுதியிருக்கிறார். விடுதலைப் போராட்டத்தில் இந்திய முஸ்லீம்களின் பங்கு குறித்தும், நவீனப் பார்வையில் குரான் குறித்தும் எழுதியுள்ளார். தற்போது முஸ்லீம்கள் உரிமைகளுக்கான முன்னணியில் பணியாற்றி வருகிறார்.

15. **ரேவதிதேவி:** – *(1951 – 1981)* சிலாலோலிதா என்ற கவிதைத் தொகுதி ஒன்றை வெளியிட்டுள்ளார். இசை, நடனம், இலக்கியம் ஆகியவற்றில் ஈடுபாடு கொண்டவர். தத்துவத்தில் முதுகலைப்பட்டம் பெற்றவர். சார்த்தர் குறித்து முனைவர் பட்ட ஆய்வு செய்து கொண்டிருந்த நேரத்தில் இறந்து போனார்.

16. **கலிகுரி பிரசாத்:** – *(பி. ஆ. 1964)* பாடலாசிரியரான இவர் விமர்சனக் கட்டுரைகளும், மதிப்புரைகளும் எழுதியுள்ளார். இவரின் பெரும் பாலான பாடல்களும், கவிதைகளும் பிரசித்தி பெற்றவை. அய்தராபாத் புக் டிரஸ்டுகாக பல நூல்களை மொழியாக்கம் செய்துள்ளார். தற்போது தலித் இயக்கத்தில் பணியாற்றி வருகிறார்.

17. **சிவசாகர்:** – *(கே. ஜி. சத்யமூர்த்தி) (பி. ஆ. 1932)* புகழ்பெற்ற கவிஞர், விமர்சகர். தலித் உணர்வோடு கவிதை எழுதுபவர். இரண்டு கவிதைத் தொகுதிகளை வெளியிட்டுள்ளார். மக்கள் யுத்தக் குழுவின் முன்னாள் பொதுச் செயலராக இருந்தவர். பின்னர், கருத்து வேறுபாடு காரணமாக அதிலிருந்து வெளியேறி விட்டார்.

18. **ஷாஜகானா:** – *(பி. ஆ. 1974)* முஸ்லீம்கள் சமூகத்தைச் சேர்ந்த துதேகுலா சாதியைச் சேர்ந்தவர். முஸ்லீம் உணர்வோடு கவிதை எழுத வந்த முதல் முஸ்லீம் பெண் கவிஞர். முஸ்லீம் பெண்களின் பிரச்னை குறித்து, குறிப்பாக தன் சொந்தச் சாதியைச் சேர்ந்த பெண்களின் பிரச்சினை குறித்து எழுதி வருபவர். தெலுங்கில் முதுகலைப் பட்டம் பெற்றார்.

19. **சதீஷ் சந்தர்:** – *(பி. ஆ. 1958)* பஞ்சம வேதம், நன்னாவின் சைக்கிள் என்ற இரு கவிதைத் தொகுதிகளை வெளியிட்டுள்ளார். இரு அங்கத நூல்கள், ஒரு நாடகம், சிறுதைகள் எனப் பல வெளியீடுகளை வெளியிட்டிருக்கிறார். இதழியல் கல்லூரியுடன் நெருங்கிய தொடர்பு கொண்டவர்.

20. **இக்பால் சந்த்:** – *(பி. ஆ. 1968)* தெலுங்கில் எம்.பில். பட்டம் பெற்றுள்ளார். முனைவர் பட்ட ஆய்வுக்காகப் படித்து வருகிறார்.

21. **விமலா:** – *(பி. ஆ. 1960)* ஆந்திர புரட்சிகர எழுத்தாளர் சங்கத்தின் உதவித் தலைவர். முன்னணி ஊழியர். ஸ்திரீ விமுக்தி என்ற வமைப்பின் பொதுச் செயலாளர். ஒரு கவிதைத் தொகுதியை வெளியிட்டுள்ளார். பல அரசியல் கட்டுரைகளையும் வெளியிட்டுள்ளார்.